കോടതിയലക്ഷ്യം

Kodathiyalakshyam

Dr. Sebastian Paul

CHINTHA PUBLISHERS
Thiruvananthapuram

First Edition
February 2021

Published & Typesetting
Chintha Publishers, Thiruvananthapuram

Printed at
Time offset Printers
Thiruvananthapuram

Cover Design
Vinod Mangoes

ISBN : 978-93-90301-37-9

CO - 2977 / 5411

Email: chinthapublishers@gmail.com
Website: www.chinthapublishers.com

Distribution
DESHABHIMANI BOOKHOUSE
H O Thiruvananthapuram 695035

Branch
Head Office Kunnukuzhi • Statue Thiruvananthapuram
KSRTC Bus Station Alappuzha • KSRTC Bus Station Ernakulam
Machingal Lane Thrissur • IG Road Kozhikode
Mavoor Road Kozhikode • NGO Union Building Kannur
Central Bus Terminal Complex Thavakkara Kannur

കോടതിയലക്ഷ്യം

ഡോ. സെബാസ്റ്റ്യൻ പോൾ

ചിന്ത പബ്ലിഷേഴ്സ്
തിരുവനന്തപുരം-695 035

ഡോ. സെബാസ്റ്റ്യൻ പോൾ

1947 മെയ് ഒന്നിന് ജനനം. കൊച്ചി സർവ്വകലാശാലയിൽനിന്ന് ഭരണഘടനാനിയമത്തിൽ ഡോക്ടറേറ്റ്. ലോക്സഭയിലും നിയമസഭയിലും എറണാകുളത്തെ പ്രതിനിധീകരിച്ചു. *ഇന്ത്യൻ എക്സ്പ്രസ്* ഉൾപ്പെടെ പല പത്രങ്ങളിലും പ്രവർത്തിച്ചു. 1980 മുതൽ കേരള ഹൈക്കോടതിയിൽ അഭിഭാഷകൻ. *ദ് ഹിന്ദു, ദേശാഭിമാനി* തുടങ്ങി പല പത്രങ്ങളുടെയും നിയമകാര്യ ലേഖകൻ. 2004 മുതൽ അഞ്ചു വർഷം പ്രസ് കൗൺസിൽ ഓഫ് ഇന്ത്യ അംഗം.

കൃതികൾ: *ബെനെലക്സ്–ആൽപൈൻ രാജ്യങ്ങൾ, ഇസ്രയേലും അയൽരാജ്യങ്ങളും, ലോകസംഘടനകൾ, സ്കൈലാബിന് ഒരു എപ്പിലോഗ്, പരേതന്റെ തിരിച്ചുവരവ്* (ഷെർലക് ഹോംസ് കഥകൾ), *ജോൺ പോൾ മാർപാപ്പ, മദർ തെരേസ, കാടിന്റെ വിളി* (പരിഭാഷ), *ആലപ്പി വിൻസെന്റ്, മനുഷ്യാവകാശങ്ങൾ, മനുഷ്യനും തൊഴിലും, പീലാത്തോസ് എഴുതിയത് എഴുതി, നിയമം നിയമത്തിന്റെ വഴികൾ, മാധ്യമസ്വാതന്ത്ര്യം — അതിരും പതിരും, മാർക്സും മാർപാപ്പയും, ഗുട്ടൻബെർഗ് മുതൽ സുക്കർബെർഗ് വരെ, അക്രോപോളിസ്* (യാത്ര), *Law, Ethics and the Media.*

അവാർഡുകൾ: സുരേന്ദ്രൻ നീലേശ്വരം മാധ്യമ അവാർഡ് 2019, ആർ രതീഷ് ഫൗണ്ടേഷൻ പുരസ്കാരം 2017, കെ ആർ എൽ സി സി മാധ്യമ അവാർഡ് 2015, കേരള ലോയേഴ്സ് ക്ലബ്ബ് – പിരപ്പൻകോട് ശ്രീധരൻ നായർ അവാർഡ് 2015, സി പി മമ്മു ഫൗണ്ടേഷൻ അവാർഡ് 2015, ചെങ്ങാരപ്പള്ളി പരമേശ്വരൻ പോറ്റി മാധ്യമപുരസ്കാരം 2014, പി ആർ സ്മാരക വജ്രസൂചി അവാർഡ് 2011, നീതിസൂര്യ അവാർഡ് 2010, കേരള ഫിലിം ക്രിട്ടിക്സ് അസോസിയേഷൻ (സി കെ സോമൻ) അവാർഡ് 2008, കെ വി ഡാനിയൽ മെമ്മോറിയൽ ടെലഗ്രാഫ് അവാർഡ് 2004, ഹ്യൂമനിസ്റ്റ് മാധ്യമ പുരസ്കാരം 2002.

ഭാര്യ : ലിസമ്മ അഗസ്റ്റിൻ (കേരള നിയമ പരിഷ്കരണ കമ്മീഷൻ അംഗം).

മക്കൾ : ഡോൺ, റോൺ, ഷോൺ.

വിലാസം : മൂഞ്ഞപ്പിള്ളി, പ്രോവിഡൻസ് റോഡ് കൊച്ചി 682 018.

ഫോൺ : 9447225899

ഇ–മെയിൽ : drsebastianpaul@yahoo.com

ഉള്ളടക്കം

പ്രധാനപുരോഹിതൻ യേശുവിനെയും അവന്റെ ശിഷ്യരെയും പ്രബോധനത്തെയുംകുറിച്ച് ചോദ്യം ചെയ്തു. യേശു മറുപടി പറഞ്ഞു: "ഞാൻ പരസ്യമായിട്ടാണ് ലോകത്തോട് സംസാരിച്ചത്. എല്ലാ യഹൂദരും ഒരുമിച്ചു കൂടുന്ന സിനഗോഗിലും ദേവാലയത്തിലുമാണ് എപ്പോഴും ഞാൻ പഠിപ്പിച്ചിട്ടുള്ളത്. രഹസ്യമായി ഞാൻ ഒന്നും സംസാരിച്ചിട്ടില്ല. അതുകൊണ്ട് എന്നോട് ചോദിക്കുന്നതെന്തിന്? ഞാൻ പറഞ്ഞതെന്താണെന്ന് അതു കേട്ടവരോടു ചോദിക്കുക. ഞാൻ എന്താണ് പറഞ്ഞതെന്ന് അവർക്കറിയാം." അവൻ ഇതു പറഞ്ഞ പ്പോൾ അടുത്തുനിന്നിരുന്ന സേവകന്മാരിലൊരുവൻ, "ഇങ്ങനെയാണോ പ്രധാന പുരോഹിതനോട് മറുപടി പറയു ന്നത്" എന്നു ചോദിച്ചുകൊണ്ട് യേശുവിനെ അടിച്ചു. യേശു അവനോടു പറഞ്ഞു: "ഞാൻ പറഞ്ഞത് തെറ്റാണെങ്കിൽ അത് തെളിയിക്കുക. ശരിയാണ് പറഞ്ഞതെങ്കിൽ എന്തിന് നീ എന്നെ അടിക്കുന്നു?" അപ്പോൾ അന്നാസ് യേശുവിനെ ബന്ധിച്ച് കയ്യാഫാസിന്റെ അടുക്കലേക്കയച്ചു.

യോഹന്നാൻ 18,19–24

പ്രസാധകക്കുറിപ്പ്

അധികാരമുള്ള സ്ഥാപനമാണ് കോടതി. അതിന്റെ തീർപ്പുകൾക്ക് ജനകീയ അംഗീകാരം ആവശ്യമില്ല. കോടതിയെ അനുസരിക്കാതിരിക്കുക, വകവയ്ക്കാതിരിക്കുക എന്നിവ കോടതിയലക്ഷ്യക്കുറ്റമാണ്. കോടതിയെക്കുറിച്ചോ ജഡ്ജിമാരെക്കുറിച്ചോ മതിപ്പില്ലാതെ സംസാരിക്കുന്നതും കോടതിയലക്ഷ്യക്കുറ്റമാണ്. കോടതി ആദരണീയമായ സ്ഥാപനം കൂടിയാണ്. ആദരപൂർവ്വമല്ലാത്ത ഒരു വാക്കോ പ്രവൃത്തിയോ കോടതിയെ സംബന്ധിച്ച് ഉണ്ടാകാൻ പാടില്ല. ഉണ്ടായാൽ കോടതിയലക്ഷ്യം എന്ന കുറ്റവും അതിനുള്ള ശിക്ഷയും ഉളവാകും. എന്നാൽ ഈ അധികാരം വിവേചനാപൂർവ്വവും വിവേകരഹിതവും ആയി പ്രയോഗിച്ചാൽ ന്യായാധിപന്മാർ ഏകാധിപതികളായിത്തീരുകയും നിയമം അടിച്ചമർത്തലിനുള്ള ഉപകരണമായി മാറുകയും ചെയ്യും. അതിനാൽ അപകീർത്തിയും കോടതിയലക്ഷ്യവും ക്രിമിനൽക്കുറ്റം അല്ലാതായിത്തീരേണ്ടതുണ്ട്.

ചിന്ത പബ്ലിഷേഴ്സ്

ആമുഖം

അലക്ഷ്യം എന്ന പദത്തിന് വകവയ്ക്കാതിരിക്കൽ എന്നാണ് ശബ്ദതാരാവലി നല്കുന്ന അർത്ഥം. വകവയ്ക്കാതിരിക്കുന്നവൻ ധിക്കാരിയും താന്തോന്നിയുമാണ്. ജനാധിപത്യത്തിലെ പൗരൻ അങ്ങനെയാകരുതെന്ന് നിയമത്തിന്റെ അനുശാസനയില്ല. അവൻ ധിക്കാരിയും ചോദ്യങ്ങൾ ചോദിക്കുന്നവനും വിയോജിക്കുന്നവനും ആയിരിക്കണം. പക്ഷേ, ഏതു വ്യവസ്ഥയിലും അധികാരത്തെ വകവയ്ക്കാതിരിക്കുന്നത് അപകടകരമായ അപരാധമാണ്. പാർലമെന്റിനെ ധിക്കരിച്ചാൽ അംഗങ്ങൾക്കു മാത്രമല്ല അംഗങ്ങളല്ലാത്തവർക്കും ശിക്ഷയുണ്ട്. സഭയിൽനിന്ന് സസ്പെന്റ് ചെയ്യുന്നതിന്, അയോഗ്യത കല്പിച്ച് സഭാംഗത്വം റദ്ദാക്കുന്നതിന്, വേണ്ടിവന്നാൽ ജയിലിൽ അടയ്ക്കുന്നതിന് പാർലമെന്റിനും നിയമസഭകൾക്കും അധികാരമുണ്ട്. പാർലമെന്റിനോട് കാണിക്കുന്ന അലക്ഷ്യത്തിന് സഭയുടെ അവകാശലംഘനം എന്നാണ് പറയുന്നത്.

അധികാരമുള്ള സ്ഥാപനമാണ് കോടതി. ജനങ്ങളുടെ അംഗീകാരം ആവശ്യമില്ലാത്തതിനാൽ കോടതിക്ക് സ്വേച്ഛാപരമായി പെരുമാറാം. കോടതിയെ അനുസരിക്കാതിരിക്കുകയോ വകവയ്ക്കാതിരിക്കുകയോ ചെയ്യുന്നത് കോടതിയലക്ഷ്യം എന്നറിയപ്പെടുന്ന കുറ്റമാണ്. കോടതിയെക്കുറിച്ചോ ജഡ്ജിമാരെക്കുറിച്ചോ അഹിതകരമായി സംസാരിക്കുന്നതും ശിക്ഷാർഹമായ കുറ്റമാണ്. കോടതിയെ അപവദിക്കുക എന്നാണ് ആ കുറ്റത്തെക്കുറിച്ച് പറയുന്നത്. അപവാദവും അപകീർത്തിയും എളുപ്പത്തിൽ ക്ഷമിക്കപ്പെടുന്ന കുറ്റങ്ങളല്ല.

പ്രധാനപുരോഹിതന്റെ മുന്നിൽ യേശുവിനെ ചോദ്യം ചെയ്യുമ്പോൾ ഒരു സേവകൻ അദ്ദേഹത്തെ അടിക്കുന്നുണ്ട്. ഇങ്ങനെയാണോ പ്രധാന പുരോഹിതനോട് മറുപടി പറയുന്നത് എന്നു ചോദിച്ചുകൊണ്ടായിരുന്നു അടി. ന്യായാധിപപദവിയുള്ള ആളായിരുന്നു ഈ പുരോഹിതൻ. അധി

കാരിക്ക് ഹിതകരമല്ലാത്ത ചോദ്യവും തൃപ്തികരമല്ലാത്ത ഉത്തരവും പൊറുക്കപ്പെട്ടിരുന്നില്ല. ചോദ്യത്തിനുള്ള ഉത്തരമല്ല യേശു നല്കിയത്. ഒരർത്ഥത്തിൽ തർക്കുത്തരം എന്നും വേണമെങ്കിൽ പറയാം. അതിനുള്ള ശിക്ഷയായിരുന്നു ആ അടി. കോടതിയലക്ഷ്യത്തിന്റെ രൂപത്തിൽ ആ ശിക്ഷ ഇന്നും നിലനില്ക്കുന്നു.

ആതൻസിൽ അക്രോപോളിസിനടുത്ത് അരെയോപ്പാഗസ് എന്നൊരു കുന്നുണ്ട്. പുരാതനഗ്രീസിൽ ദേവസഭ കൂടിയിരുന്നത് ഇവിടെയാണ്. ഹൗസ് ഓഫ് ലോർഡ്സ് എന്നോ ഹൗസ് ഓഫ് ഗോഡ്സ് എന്നോ പറയാം. ദൈവങ്ങളുമായി ബന്ധപ്പെട്ട കുറ്റങ്ങൾ വിചാരണ ചെയ്തിരുന്നത് ഇവിടെയാണ്. പൊസിഡോണിന്റെ പുത്രൻ ഹലിറോത്തിയോസിനെ വധിച്ച ആരെസിനെ ദേവന്മാർ വിചാരണ ചെയ്തത് ഇവിടെയാണ്. തന്റെ മകൾ അൽസിപ്പെയുടെ മാനം സംരക്ഷിക്കുന്നതിനുവേണ്ടിയാണ് ദേവഹത്യ നടത്തേണ്ടിവന്നതെന്ന ആരെസിന്റെ വാദം സഭ അംഗീകരിച്ചു. ഏതു കാര്യത്തിനും ഒരു ന്യായമുണ്ടാകും. ആ ന്യായം അംഗീകരിക്കാതിരുന്നാൽ അന്യായമാകും. കോടതിയലക്ഷ്യത്തിന്റെ കാര്യത്തിലും ഈ ന്യായം പ്രസക്തമാണ്. അതുകൊണ്ടാണ് സത്യം കോടതിയലക്ഷ്യമാവില്ലെന്ന് നിയമം പറയുന്നത്. വാദപ്രതിവാദത്തിനുള്ള സ്ഥലമായിരുന്നു അരെയോപ്പാഗസ്. ആതൻസിലെത്തിയ പൗലോസ് ആദ്യം സുവിശേഷം പ്രസംഗിച്ചത് അവിടെയായിരുന്നു. ഗ്രീസിൽ അദ്ദേഹത്തിന് ആദ്യത്തെ അനുയായികൾ ഉണ്ടായതും അവിടെയാണ്. അച്ചടിക്കുന്നതിനുള്ള സ്വാതന്ത്ര്യത്തിനുവേണ്ടി മിൽട്ടൺ ബ്രിട്ടീഷ് പാർലമെന്റിനു സമർപ്പിച്ച പ്രഖ്യാതമായ നിവേദനത്തിന് അദ്ദേഹം അരെയോപ്പാഗറ്റിക്ക എന്ന് പേര് നല്കിയത് ദേവന്മാരോട് തർക്കിക്കുന്നതിനും വിയോജിക്കുന്നതിനും അവസരം നല്കിയിരുന്ന അരെയോപ്പാഗസിനെ ഓർത്തുകൊണ്ടായിരിക്കാം. കോടതിയലക്ഷ്യത്തിന് ശിക്ഷിക്കാനൊരുങ്ങുന്ന ന്യായപ്രഭുക്കൾ ദേവഹത്യപോലും മാപ്പാക്കുന്ന അരെയോപ്പാഗസിലെ ദേവന്മാരെ ഓർക്കണം.

കോടതി ആദരണീയമായ സ്ഥാപനമാണ്. ആദരവാണ് കോടതിയുടെ കരുത്ത്. അതിനു ഭംഗം വരുന്ന വാക്കോ പ്രവൃത്തിയോ ഉണ്ടാകരുത്. കോടതിയലക്ഷ്യമെന്ന കുറ്റവും അതിനുള്ള ശിക്ഷയും ഈ അടിസ്ഥാനത്തിലാണ് ഉണ്ടായത്. എന്നാൽ ഈ അധികാരം വിവേചനരഹിതമായി പ്രയോഗിച്ച് ന്യായാധിപർ ഏകാധിപതികളും നിയമം അടിച്ചമർത്തലിനുള്ള ഉപകരണവുമാകുന്നു. ന്യായാധിപരുടെ അധികാരത്തിന്റെ അടയാളമായി അവർക്കുമുന്നേ ഒരു വെള്ളിക്കോൽ സംവഹിക്കപ്പെടാറുണ്ട്. കേരള ഹൈക്കോടതിയിലും ഏതാനും വർഷം മുമ്പുവരെ ഈ കോൽ കാണാമായിരുന്നു. അതിന്റെ അഭാവത്തിലും ജഡ്ജിമാരുടെ അധികാരത്തിൽ കുറവ് വന്നിട്ടില്ല. റോമിൽ മജിസ്ട്രേട്ടുമാർക്കൊപ്പം നീങ്ങുന്ന ഈ വെള്ളിക്കോലുകൾ കോടതികൾ പ്രവർത്തിക്കുമ്പോൾ കൂട്ടത്തോടെ ഒരിടത്തു സൂക്ഷിക്കുമായിരുന്നു. ലത്തീനിൽ fasces എന്നാണ് ഈ

കെട്ടിനു പറഞ്ഞിരുന്നത്. ഈ പദത്തിൽനിന്നാണ് ഫാസിസം എന്ന പദമുണ്ടായത്. എല്ലാവരും ഒറ്റക്കെട്ടായി നില്ക്കണം എന്ന് വാക്കിന്റെ പൊരുളും ചരിത്രവും അറിയാതെ ആഹ്വാനം ചെയ്യുമ്പോൾ നമ്മൾ ഫാസിസത്തിനുള്ള ആഹ്വാനമാണ് നല്കുന്നത്. വേറിട്ടു നില്ക്കുന്നതിലെ സുഖവും സുരക്ഷിതത്വവും കൊറോണ നമ്മെ പഠിപ്പിച്ചു. ജഡ്ജിമാർ ഒറ്റക്കെട്ടായി നിന്നാൽ കോടതി ഒരു ഫാസിസ്റ്റ് സ്ഥാപനമാകും. വിയോജിപ്പ് അകത്തുനിന്നും പുറത്തുനിന്നും ഉണ്ടാകണം. ജനാധിപത്യത്തിനു മൊത്തത്തിലും ജുഡീഷ്യറിക്ക് പ്രത്യേകിച്ചും ഈ തത്ത്വം ബാധകമാണ്. രാജ്യദ്രോഹത്തിന്റെ പേരിൽ എക്സിക്യൂട്ടീവും അവകാശലംഘനത്തിന്റെ പേരിൽ ലെജിസ്ലേച്ചറും കോടതിയലക്ഷ്യത്തിന്റെ പേരിൽ ജുഡീഷ്യറിയും വിമർശകരെ ഉന്മൂലനം ചെയ്താൽ ഹത്യക്ക് വിധേയമാകുന്നത് ജനാധിപത്യമായിരിക്കും.

അപകീർത്തിയും കോടതിയലക്ഷ്യവും ക്രിമിനൽ കുറ്റമല്ലാതാകണം. ആംഗ്ലോ–അമേരിക്കൻ നിയമരീതികൾ നിലനില്ക്കുന്ന രാജ്യങ്ങളിലെല്ലാം ഇത്തരത്തിലുള്ള പരിവർത്തനം സംഭവിച്ചുകഴിഞ്ഞു. സർഗ്ഗാത്മകമായി വികസിച്ചുനില്ക്കേണ്ടതായ അഭിപ്രായപ്രകടനസ്വാതന്ത്ര്യത്തെ മരവിപ്പിച്ചു നിർജ്ജീവമാക്കുന്ന വകുപ്പുകളാണ് അപകീർത്തിയെ സംബന്ധിച്ച് ഇന്ത്യൻ പീനൽ കോഡിലും കോടതിയലക്ഷ്യത്തെ സംബന്ധിച്ച് കോടതിയലക്ഷ്യനിയമത്തിലും ഉള്ളത്. ഇംഗ്ലീഷിൽ ഇതിന് chilling effect എന്നു പറയും. ഇത് സ്വമേധയായുള്ള സെൻസർഷിപ്പിനു കാരണമാകും. ഹെൻറി എട്ടാമന്റെ കാലത്തെ സ്റ്റാർ ചേംബർ രീതികളിൽ നിന്ന് നമ്മുടെ നിയമവും കോടതികളും മുക്തമാകണം.

സ്വാനുഭവം നിലപാടുകളെ സ്വാധീനിക്കും. നിരവധി അപകീർത്തിക്കേസുകളിലും കോടതിയലക്ഷ്യക്കേസുകളിലും പ്രതിയാക്കപ്പെട്ടിട്ടുള്ള ആളാണ് ഞാൻ. രണ്ട് നിയമങ്ങളെ സംബന്ധിച്ചും കേസുകൾക്കുമുമ്പേയുള്ള നിലപാടുതന്നെയാണ് കേസുകൾക്കുശേഷവും എനിക്കുള്ളത്. ജസ്റ്റിസ് കർണ്ണന്റെ അവിവേകത്തിന് സുപ്രീം കോടതി കഠിനമായ ശിക്ഷ നല്കിയപ്പോൾ അത് ഉചിതമായി എന്നാണ് പ്രശാന്ത് ഭൂഷൺ ട്വീറ്റ് ചെയ്തത്. പ്രശാന്ത് ഭൂഷന്റെ ശിക്ഷയെക്കുറിച്ച് അഭിപ്രായം പറയാതിരിക്കുന്നതിനുള്ള അന്തസ്സ് കർണ്ണൻ കാണിച്ചു.

കോടതിയലക്ഷ്യത്തെക്കുറിച്ച് സാധാരണക്കാർക്ക് അവബോധം നല്കുകയെന്നതാണ് ഈ ലഘുഗ്രന്ഥത്തിന്റെ ഉദ്ദേശ്യം. നിയമത്തിന്റെ സങ്കീർണ്ണതകൾ കഴിയുന്നതും ഒഴിവാക്കിയിട്ടുണ്ട്. വായനക്കാർക്ക് അത്ര പരിചിതമല്ലാത്ത കാര്യങ്ങൾ വിശദീകരിക്കുമ്പോൾ ആവർത്തനം ഉണ്ടായിട്ടുണ്ട്. കോടതിയുടെ ഉടമകൾ ഇന്ത്യയിലെ ജനങ്ങളായ നമ്മൾ ആകയാൽ കോടതികൾ നമ്മുടെ പരിശോധനയ്ക്ക് വിധേയമാകണം. ഉത്തരവാദിത്വത്തോടെ നിർവ്വഹിക്കേണ്ടതായ ചുമതലയാണത്. അതിനു സഹായകമാകുന്ന പ്രാരംഭപാഠമായി ഈ ലഘുഗ്രന്ഥത്തെ സദയം സ്വീകരിക്കുക.

ഡോ. സെബാസ്റ്റ്യൻ പോൾ

സുപ്രീം കോടതി
ഒരു ചെറിയ കോടതി അല്ല

ഭരണഘടന നിലവിൽവന്ന് രണ്ടാം ദിവസമാണ് സുപ്രീം കോടതി പ്രവർത്തനമാരംഭിച്ചത്. കിങ് എഡ്‌വേഡ് റോഡിലെ കോർട്ട് ഹൗസിൽ പ്രധാനമന്ത്രി ജവാഹർലാൽ നെഹ്റുവാണ് 1950 ജനുവരി 28 ന് സുപ്രീം കോടതിയുടെ ഉദ്ഘാടനകർമ്മം നിർവ്വഹിച്ചത്. 1935 ലെ ഭാരത സർക്കാർ നിയമമനുസരിച്ച് പ്രവർത്തിച്ചുപോന്ന ഫെഡറൽ കോടതിയുടെ തുടർച്ചയായിട്ടല്ല നാം നമ്മുടെ സുപ്രീം കോടതിയെ കണ്ടത്. ഫെഡറൽ കോടതിയിലെ ചീഫ് ജഡ്ജ് ആയിരുന്ന ഹരിലാൽ കാനിയ ഇന്ത്യയുടെ ആദ്യത്തെ ചീഫ് ജസ്റ്റിസായി നിയമിതനായി എന്നതുമാത്രമാണ് പിരിച്ചുവിടപ്പെടുന്ന ആ കോടതിയുമായി നാം നിലനിർത്തിയ ബന്ധം. ഭരണഘടനയുടെ അനുച്ഛേദം 124 അനുസരിച്ച് സ്ഥാപിതമായ ഇന്ത്യൻ സുപ്രീം കോടതി അത്തരത്തിലുള്ള മറ്റ് കോടതികളേക്കാൾ സവിശേഷവും സവിശേഷമായ അധികാരത്തോടുകൂടിയതുമാണ്. സവിശേഷമായ കോടതിയെന്ന് യു എസ് സുപ്രീം കോടതിയെക്കുറിച്ച് ജസ്റ്റിസ് ഫെലിക്സ് ഫ്രാങ്ക്ഫർട്ടർ പറഞ്ഞത് ഇന്ത്യൻ സുപ്രീം കോടതിക്കാണ് കൂടുതൽ അർത്ഥവത്തായി ബാധകമാകുന്നത്.

ഭരണഘടനയുടെ നിർമ്മാതാക്കളിൽ പ്രമുഖനായിരുന്നു ആദ്യത്തെ പ്രധാനമന്ത്രിയായ നെഹ്റു. ചീഫ് ജസ്റ്റിസ് ഉൾപ്പെടെ അഞ്ച് ജഡ്ജിമാരുടെ സാന്നിദ്ധ്യത്തിൽ നടത്തിയ ഉദ്ഘാടനപ്രസംഗത്തിൽ സുപ്രീം കോടതിയെക്കുറിച്ചുള്ള ഭരണഘടനാശില്പികളുടെ സങ്കല്പനം അദ്ദേഹം സമ്യക്കായി വിവരിച്ചു:

> ജനഹിതം പ്രതിഫലിപ്പിക്കുന്ന പരമാധികാരസഭയായ പാർലമെന്റിന്റെ ഹിതത്തിനുമേലേ ജുഡീഷ്യറിക്ക് വിധിപ്രസ്താവവു

> മായി നില്ക്കാനാവില്ല. എവിടെയെങ്കിലുമൊക്കെ പാളിച്ചകളുണ്ടാകുമ്പോൾ ജുഡീഷ്യറിക്ക് അവ ചൂണ്ടിക്കാണിക്കാം. പക്ഷേ, സമൂഹത്തിന്റെ ഭാവിയെ സംബന്ധിക്കുന്ന വിഷയം വരുമ്പോൾ ജുഡീഷ്യറി മാർഗ്ഗതടസ്സം ഉണ്ടാക്കാൻ പാടില്ല. ഭരണഘടന പാർലമെന്റിന്റെ സൃഷ്ടിയാണ്. തിരുത്തലിനുവേണ്ടിയുള്ള മൂന്നാം സഭയായി ജുഡീഷ്യറിക്കു പ്രവർത്തിക്കാനാവില്ല. പരിമിതിയെക്കുറിച്ചുള്ള ഈ ബോദ്ധ്യത്തോടെ വേണം ജുഡീഷ്യറി പ്രവർത്തിക്കേണ്ടത്.

ഈ പരിമിതി കോടതി ലംഘിച്ചപ്പോൾ ഒന്നാമത്തെ ഭരണഘടനാഭേദഗതിയുണ്ടായി. പാർലമെന്റ് പാസാക്കുന്ന നിയമങ്ങൾക്ക് ജുഡീഷ്യൽ റിവ്യൂവിൽനിന്ന് പരിരക്ഷ നല്കുന്നതിനായിരുന്നു ആ ഭേദഗതി. ഭരണഘടനയുടെ ശില്പിയായ അംബേദ്കർ നിയമമന്ത്രിയായിരിക്കെയാണ് അതുണ്ടായത്. നിയമങ്ങളുടെ സുരക്ഷിതതാവളമെന്ന നിലയിൽ അങ്ങനെ ഒൻപതാം പട്ടികയുണ്ടായി. പാർലമെന്റും ജുഡീഷ്യറിയും തമ്മിലുള്ള കൊമ്പുകോർക്കൽ അന്നേ തുടങ്ങി. അതിന്റെ പരിപക്വതയാണ് 1973 ലെ കേശവാനന്ദ ഭാരതി കേസ്. ഭരണഘടന ഭേദഗതി ചെയ്യുന്നതിനുള്ള പാർലമെന്റിന്റെ അധികാരം ബേസിക് സ്ട്രക്ചർ സിദ്ധാന്തത്തിലൂടെ പരിമിതമാക്കപ്പെട്ടു. അല്ലെങ്കിൽ നിയന്ത്രിതമായി. പാർലമെന്റിന്റെ അധികാരം പരിമിതമാകുന്നുവെന്നു പറഞ്ഞാൽ അർത്ഥം എക്സിക്യൂട്ടീവിന്റെ അധികാരം പരിമിതമാകുന്നുവെന്നാണ്. ജുഡീഷ്യറിയുടെ പരമാധികാരം ഭരണഘടന വിഭാവന ചെയ്യുന്നില്ല. മൂന്ന് ഭരണവിഭാഗങ്ങൾ തമ്മിൽ പരസ്പരമുള്ള പ്രതിരോധത്തിലൂടെ സൃഷ്ടിക്കപ്പെടുന്ന സമതുലനമാണ് ഭരണഘടന വിഭാവന ചെയ്യുന്നത്.

സുപ്രീം കോടതിയുടെ സവിശേഷത അത് അന്തിമവും പരമോന്നതവും ആണെന്നതുതന്നെയാണ്. ഭരണഘടനയെ വ്യാഖ്യാനിക്കുന്ന കോടതിയാണത്. സുപ്രീം കോടതി മനസ്സിലാക്കിത്തരുന്നതെങ്ങനെയാണോ അങ്ങനെയാണ് നമ്മൾ ജനങ്ങൾ ഭരണഘടനയെ മനസ്സിലാക്കേണ്ടത്. സുപ്രീം കോടതി പറയുന്നത് നാട്ടിലെ നിയമമെന്ന നിലയിൽ രാജ്യത്തെ മുഴുവൻ കോടതികൾക്കും ബാധകമാകുന്നു. എക്സിക്യൂട്ടീവിന്റെയും നിയമനിർമ്മാണസഭകളുടെയും തീരുമാനങ്ങളിൽ ഇടപെടുന്നതിന് ജുഡീഷ്യൽ റിവ്യൂ എന്ന സവിശേഷമായ അധികാരം പ്രയോഗിക്കുന്ന ഇന്ത്യൻ സുപ്രീം കോടതി കരുത്തിൽ ഒരുപക്ഷേ, ലോകത്തെവിടെയുമുള്ള സുപ്രീം കോടതികളിൽ ഒന്നാം സ്ഥാനത്തായിരിക്കും. എന്നാൽ തീർപ്പാകാതെ കിടക്കുന്ന കേസുകളുടെ ദുർവ്വഹമായ ഭാരത്താൽ നടുനിവർത്താൻ വയ്യാത്ത അവസ്ഥയിലാണ് ഇന്നത്തെ നമ്മുടെ സുപ്രീം കോടതി.

ഇത്രയും ഭാരം സുപ്രീം കോടതിയുടെ ചുമലിൽ വയ്ക്കണമോ എന്ന് ആലോചിക്കാൻ സമയമായി. ഹെർക്യുലീസിനുപോലും താങ്ങാനാവാത്ത

ഭാരമാണിത്. ഹെർക്യുലീസിന്റെ ഭാരം അയാൾക്ക് കിട്ടിയ ശിക്ഷയായിരുന്നു. സുപ്രീം കോടതിയെ ആരും അങ്ങനെ ശിക്ഷിക്കേണ്ട കാര്യമില്ല. സംവിധാനം സ്വയം സൃഷ്ടിച്ച കുരുക്കിലും ഭാരത്തിലും സുപ്രീം കോടതി അകപ്പെട്ടുപോയതാണ്. ആയിരക്കണക്കായ മുൻസിഫ്–മജിസ്ട്രേറ്റ് കോടതികളിൽ ഉത്ഭവിക്കുന്ന കേസുകളിൽ ഒട്ടുമിക്കവയും പല രൂപങ്ങളിൽ സുപ്രീം കോടതിയിലെത്തുന്നുണ്ട്. അവ സുപ്രീം കോടതിയിലെത്താതെ ഏതെങ്കിലും ഘട്ടത്തിൽ അവസാനിപ്പിക്കണം. വാടകക്കെട്ടിടം ഒഴിപ്പിക്കുന്നതും സഹകരണസംഘം തിരഞ്ഞെടുപ്പ് നടത്തുന്നതും കുട്ടികൾ പരീക്ഷയെഴുതുന്നതും പാലാരിവട്ടം പാലം പൊളിക്കുന്നതും സുപ്രീം കോടതി പരിശോധിക്കേണ്ടതായ വിഷയങ്ങൾ അല്ലാതാകണം. ഭരണഘടനാപരമായ വ്യാഖ്യാനം ആവശ്യമുള്ള പ്രധാനപ്പെട്ട കേസുകൾ കെട്ടിവച്ചുകൊണ്ടാണ് ബന്ധപ്പെട്ട വ്യക്തികൾക്കു മാത്രം താല്പര്യമുള്ളതും താല്ക്കാലികമോ പ്രാദേശികമോ ആയ പ്രാധാന്യം മാത്രമുള്ളതുമായ കേസുകൾക്കുവേണ്ടി സുപ്രീം കോടതി സമയം പാഴാക്കുന്നത്.

യു എസ് സുപ്രീം കോടതിയിൽ ചീഫ് ജസ്റ്റിസ് ഉൾപ്പെടെ ഒൻപത് ജഡ്ജിമാരാണുള്ളത്. യു കെ സുപ്രീം കോടതിയിൽ പ്രസിഡന്റ് ഉൾപ്പെടെ പന്ത്രണ്ട് ജഡ്ജിമാരാണുള്ളത്. ചീഫ് ജസ്റ്റിസ് ഉൾപ്പെടെ എട്ട് ജഡ്ജിമാരാണ് രൂപീകരണവേളയിൽ ഇന്ത്യൻ സുപ്രീം കോടതിയിൽ ഉണ്ടായിരുന്നത്. ഇപ്പോൾ അത് 31 ആയി. ജഡ്ജിമാരുടെ എണ്ണം കൂടുമ്പോൾ ബെഞ്ചുകളുടെ എണ്ണം കൂടും. ബെഞ്ചുകൾ കൂടുതലാകുമ്പോൾ പൊരുത്തക്കേടുള്ള വിധികളുണ്ടാകും. ജഡ്ജിമാർ വെവ്വേറെ കേസ് കേൾക്കുമ്പോഴാണ് റോസ്റ്റർ ഉണ്ടാകുന്നത്. ദീപക് മിശ്ര ചീഫ് ജസ്റ്റിസായിരുന്ന കാലത്താണ് റോസ്റ്റർ സിസ്റ്റത്തിലെ ന്യൂനതയെക്കുറിച്ച് പിന്നീട് ചീഫ് ജസ്റ്റിസായ രഞ്ജൻ ഗൊഗോയ് ഉൾപ്പെടെ നാല് ജഡ്ജിമാർ പരസ്യമായി പ്രതികരിച്ചത്. ചീഫ് ജസ്റ്റിസിനു താല്പര്യമുള്ള കേസുകൾ ചീഫ് ജസ്റ്റിസിനു താല്പര്യമുള്ള ജഡ്ജിയെ ഏല്പിക്കുന്നു എന്നായിരുന്നു ആക്ഷേപം.

ഹൈക്കോടതികളിൽനിന്നുള്ള അപ്പീൽ സുപ്രീം കോടതി കേൾക്കുന്നതിനുപകരം അതിനായി നാഷണൽ കോർട്ട് ഓഫ് അപ്പീൽ എന്ന പേരിൽ ഒരു അപ്പലേറ്റ് സംവിധാനം രൂപീകരിക്കണമെന്ന നിർദ്ദേശമുണ്ട്. ഭരണഘടനാപരമായി പ്രാധാന്യമില്ലാത്ത സിവിൽ/ക്രിമിനൽ അപ്പീലുകൾ നാഷണൽ കോർട്ട് ഓഫ് അപ്പീലിലേക്കു പോയാൽ സുപ്രീം കോടതിക്ക് സുപ്രധാനമായ ഭരണഘടനാവിഷയങ്ങളിൽ സ്വസ്ഥമായി തീർപ്പ് കല്പിക്കാൻ കഴിയും. നാഷണൽ കോർട്ട് ഓഫ് അപ്പീലിനു പ്രാദേശിക ബെഞ്ചുകൾ കൂടി അനുവദിച്ചാൽ എന്തിനും ഏതിനും ഡൽഹിയിലേക്ക് പോവുകയെന്ന ബദ്ധപ്പാടും ഒഴിഞ്ഞുകിട്ടും. സുപ്രീം കോടതി ജഡ്ജിമാരേക്കാൾ അറിവിലും പ്രാപ്തിയിലും ഒട്ടും താഴെയല്ല ഹൈക്കോടതി ജഡ്ജിമാർ. എം സി ഛഗ്ല മുതൽ എ പി ഷാ വരെ അതിന് ദൃഷ്ടാന്തങ്ങൾ

നിരവധി ചൂണ്ടിക്കാണിക്കാനുണ്ട്. അവർ സുപ്രീം കോടതിയിൽ എത്തിയില്ലെന്നേയുള്ളു. ഹൈക്കോടതി ജഡ്ജിമാരിൽനിന്നാണ് സുപ്രീം കോടതി ജഡ്ജിമാരുണ്ടാകുന്നത്. അങ്ങനെയുള്ള ജഡ്ജിമാർ തീർപ്പാക്കുന്ന കേസുകൾ പുന:പരിശോധിക്കുന്നതിന് നാഷണൽ കോർട്ട് ഓഫ് അപ്പീലിലെ അംഗങ്ങൾക്ക് വലുതായി ബദ്ധപ്പെടേണ്ടി വരില്ല.

ഭരണഘടനാബെഞ്ചുകൾ

ഭരണഘടനാപരമായി പ്രധാനപ്പെട്ട വിഷയങ്ങൾ എപ്പോഴും സുപ്രീം കോടതിയുടെ മുമ്പാകെ വന്നുകൊണ്ടിരിക്കും. അഞ്ച് ജഡ്ജിമാർ ചേർന്ന ബെഞ്ചിനെയാണ് ഭരണഘടനാബെഞ്ച് എന്ന് വിളിക്കുന്നത്. അത്തരം ബെഞ്ചുകൾ അപൂർവ്വവും അപ്രകാരം തീർക്കുന്ന കേസുകൾ വിരളവുമാണ്. സുപ്രീം കോടതിയുടെ ആദ്യത്തെ നാലു വർഷക്കാലം തീർപ്പാക്കിയ കേസുകളിൽ 15 ശതമാനം ഭരണഘടനാബെഞ്ചുകളിലായിരുന്നു. ഭരണഘടനയുടെ ആദ്യകാലത്ത് അത് സ്വാഭാവികമായിരുന്നു. പ്രസിദ്ധമായ എ കെ ഗോപാലൻ ഉൾപ്പെടെയുള്ള കേസുകൾ അക്കാലത്ത് ഭരണഘടനാബെഞ്ചാണ് തീർപ്പ് കല്പിച്ചത്. ഭരണഘടനയെ നവറിപ്പബ്ലിക്കിന് പരിചയപ്പെടുത്തിക്കൊടുക്കുകയെന്ന ഉത്തരവാദിത്വം സുപ്രീം കോടതിക്കുണ്ടായിരുന്നു. ദൈവത്തിന്റെ നിയമഗ്രന്ഥം നിയമജ്ഞനായ എസ്രജനങ്ങൾക്ക് വായിച്ച് വിശദീകരിച്ചുകൊടുക്കുന്ന രംഗം പഴയ നിയമത്തിൽ നെഹെമിയായുടെ പുസ്തകത്തിലുണ്ട്. സുപ്രീം കോടതിയുടെ ഭരണഘടനാബെഞ്ചുകൾ ചെയ്യേണ്ടതും ഇതുതന്നെയാണ്. എന്നാൽ 1970 കൾ ആയപ്പോൾ ഭരണഘടനാബെഞ്ചുകൾ കേൾക്കുന്ന കേസുകളുടെ എണ്ണം ഒരു ശതമാനമായി കുറഞ്ഞു. 2005 മുതൽ 2009 വരെയുള്ള കാലത്ത് അഞ്ചംഗ ബെഞ്ചുകൾ തീർപ്പാക്കിയ കേസുകളുടെ എണ്ണം 0.12 ശതമാനമായി കുറഞ്ഞു. എല്ലാവരും ഭരണഘടന വായിച്ച് മനസ്സിലാക്കിക്കഴിഞ്ഞതുകൊണ്ടല്ല ഇപ്രകാരം സംഭവിച്ചത്. ഭരണഘടനാപരമായി പ്രാധാന്യമുള്ള വിഷയങ്ങൾ അഞ്ചു ജഡ്ജിമാർ ചേർന്ന ബെഞ്ച് പരിഗണിക്കണമെന്ന് ഭരണഘടനയുടെ അനുച്ഛേദം 145(3) നിർദ്ദേശിക്കുന്നു. ഭരണഘടനാപരമായ പ്രാധാന്യമുള്ള വിഷയങ്ങളായി സുപ്രീം കോടതിക്ക് തോന്നാത്തതുകൊണ്ടാവാം പ്രധാനപ്പെട്ടതെന്ന് നമ്മൾ കരുതുന്ന കേസുകളെല്ലാം രണ്ടംഗ ബെഞ്ചാണ് തീർപ്പാക്കുന്നത്. അപകീർത്തിയുടെ ക്രിമിനൽ സ്വഭാവം ഒഴിവാക്കണമെന്ന ഹർജിയിൽ തീർപ്പ് കല്പിച്ചത് രണ്ടംഗ ബെഞ്ചായിരുന്നു. അത് ശരിയായ വിധിയായി പൊതുവെ സ്വീകരിച്ചിട്ടില്ല. സ്വവർഗ്ഗരതി ക്രിമിനൽ കുറ്റമല്ലാതാക്കിയ 2013 ലെ നാസ് ഫൗണ്ടേഷൻ കേസും അഭിപ്രായപ്രകടനസ്വാതന്ത്ര്യത്തിനു വിരുദ്ധമായതിനാൽ ഇൻഫർമേഷൻ ടെക്നോളജി നിയമത്തിലെ 66 എ വകുപ്പ് അസാധുവാക്കിയ ശ്രേയ സിങ്ഗാൾ കേസും സുപ്രീം കോടതിയിൽ സാധാരണബെഞ്ച് സാധാരണനിലയിൽ കൈകാര്യം ചെയ്യുകയാണുണ്ടായത്.

രണ്ടംഗബെഞ്ച് എന്നത് ഫലത്തിൽ ഏകാംഗബെഞ്ചാണ്. ജൂനി

യറായ ജഡ്ജി നിസ്സംഗതയോടെ നിശ്ശബ്ദത പാലിക്കുകയും മുതിർന്ന ജഡ്ജിയുടെ അഭിപ്രായം തലകുലുക്കി ശരിവയ്ക്കുകയും ചെയ്യുന്ന അവസ്ഥയാണുള്ളത്. ജൂനിയർ ജഡ്ജി കേസിൽ സജീവമായി ഇടപെടുന്നുവെന്ന് സമ്മതിച്ചാലും രണ്ടു ജഡ്ജിമാർ ചേർന്ന് ഭരണഘടനാപരമായി പ്രാധാന്യമുള്ള കേസുകളിൽ തീർപ്പ് കല്പിക്കുമ്പോൾ ആധികാരികത കുറയുന്നു. ഭരണഘടനാശില്പികളുടെ സങ്കല്പനത്തിലുള്ള സുപ്രീം കോടതി ഇതായിരുന്നില്ല. രോധ–പ്രതിരോധതത്ത്വം ഭരണവിഭാഗങ്ങൾ തമ്മിൽ മാത്രമല്ല ഓരോ ഭരണവിഭാഗത്തിനുള്ളിലും പ്രാവർത്തികമാകണം.

പല തരത്തിലുള്ള അധികാരങ്ങൾ സുപ്രീം കോടതിയിൽ നിക്ഷിപ്തമാണ്. മൗലികാവകാശങ്ങളുടെ സംരക്ഷണത്തിനും സംസ്ഥാനങ്ങൾ തമ്മിലോ അല്ലെങ്കിൽ സംസ്ഥാനവും കേന്ദ്രവും തമ്മിലോ ഉണ്ടാകുന്ന തർക്കം പരിഹരിക്കുന്നതിനും പര്യാപ്തമായ ഒറിജിനൽ ജൂറിസ്ഡിക്ഷൻ അവയിൽ പ്രധാനപ്പെട്ടതാണ്.. മൗലികാവകാശങ്ങളെ സംബന്ധിക്കുന്ന പരാതിയുമായി പൗരന് സുപ്രീം കോടതിയെ സമീപിക്കാൻ അവസരം നല്കുന്ന അനുച്ഛേദം 32 ന്റെ പ്രാധാന്യം ആകർഷകമായ ഭാഷയിൽ അംബേദ്കർ വിവരിച്ചിട്ടുണ്ട്. ഭരണഘടനയുടെ ജീവനും ആത്മാവും എന്നാണ് പ്രസ്തുത അനുച്ഛേദത്തെ അദ്ദേഹം വിശേഷിപ്പിച്ചത്. അർജ്ജുനന്റെ ശരമാരിപോലെ ഫലപ്രദമായി പ്രയോഗിക്കാവുന്ന അഞ്ച് റിട്ടുകൾ സുപ്രീം കോടതിയുടെ ആവനാഴിയിൽ കരുതിയിട്ടുണ്ട്. എന്നാൽ ഈ ഒറിജിനൽ ജൂറിസ്ഡിക്ഷന്റെ വിലയും പ്രാധാന്യവുമറിയാതെ അപ്പലേറ്റ് ജൂറിസ്ഡിക്ഷനിൽ കോടതി അഭിരമിക്കുന്ന കാഴ്ചയാണ് നാം കാണുന്നത്. അപ്പീൽ സ്വാഭാവികമായ അവകാശമല്ലെന്നിരിക്കെ അതിന് അനുമതി നല്കുന്ന എസ്സൽപി എന്ന ചുരുക്കപ്പേരിലറിയപ്പെടുന്ന വ്യവഹാരശാഖ സുപ്രീം കോടതിയിലെ ഏറ്റവും വലിയ വാണിജ്യമേളയായി ത്തീർന്നു. സുപ്രീം കോടതിയുടെ ഡോക്കറ്റും അഭിഭാഷകരുടെ പോക്കറ്റും ഒരുപോലെ വീർക്കുന്ന ബിസിനസാണ് എസ്സൽപി എന്ന സ്പെഷ്യൽ ലീവ് പെറ്റീഷൻ.

സ്വഭാവശുദ്ധിയും നിയമപരിജ്ഞാനവുമുള്ള ജുഡീഷ്യൽ ഓഫീസർമാരെ താഴേത്തട്ടിൽ കണ്ടെത്തുകയെന്നതാണ് പ്രശ്നത്തിനുള്ള പരിഹാരങ്ങളിലൊന്ന്. വിശ്വാസ്യതയുള്ള വിധി ഒറിജിനൽ ജൂറിസ്ഡിക്ഷനിൽ ലഭ്യമാണെങ്കിൽ എല്ലാവരും അപ്പലേറ്റ് ജൂറിസ്ഡിക്ഷനിലേക്ക് ഓടുന്ന സ്ഥിതി ഒഴിവാക്കാം. ഇനി സംതൃപ്തിക്കും പ്രെസ്റ്റീജിനും വേണ്ടിയാണെങ്കിൽ അത് ഹൈക്കോടതിയിൽ അവസാനിക്കണം. അതിനു മുകളിലേക്കുള്ള പ്രയാണം ഒഴിവാക്കാവുന്ന ആഡംബരം മാത്രമാണ്. കക്ഷികൾക്കെന്നപോലെ സിസ്റ്റത്തിനും താങ്ങാവുന്നതല്ല ഈ ആഡംബരം. നാഷണൽ ജുഡീഷ്യൽ ഡാറ്റ ഗ്രിഡ് നല്കുന്ന വിവരമനുസരിച്ച് പത്തുലക്ഷം പേർക്ക് 13 ജഡ്ജിമാർ എന്നതാണ് ഇന്ത്യയിലെ കണക്ക്. വികസിതരാജ്യങ്ങളിൽ ഇത് അൻപതാണ്. അഗ്നിബാധയിലോ മഹാ

പ്രളയത്തിലോ നശിച്ചുപോയാലല്ലാതെ ഇപ്പോൾ നിലവിലുള്ള സിവിൽ കേസുകൾ ഒരിക്കലും പൂർണ്ണമായി തീർപ്പാക്കപ്പെടില്ല. പുതുതായി ഒന്നും ഉണ്ടാകുന്നില്ലെങ്കിൽ ഇപ്പോഴുള്ള ക്രിമിനൽ കേസുകൾ പൂർണ്ണമായും തീർപ്പാകുന്നതിന് മുപ്പതു വർഷം വേണ്ടിവരും.

ജുഡീഷ്യൽ ഒലിഗാർക്കി

ജഡ്ജിമാരുടെ ഒഴിവുകൾ യഥാസമയം നികത്തപ്പെടുന്നില്ലെന്ന ആക്ഷേപം കോടതിക്കുണ്ട്. പ്രധാനമന്ത്രിയുടെ സാന്നിദ്ധ്യത്തിൽ ഒരു ചീഫ് ജസ്റ്റിസ് നിരുദ്ധകണ്ഠനാകുന്നതും കണ്ണീർ തുടയ്ക്കുന്നതും നാം കണ്ടു. തീർപ്പാകാതെ കിടക്കുന്ന കേസുകളിൽ തീർപ്പാകാതെപോകുന്ന ജീവിതങ്ങളെക്കുറിച്ചുള്ള ഉൽക്കണ്ഠയാണ് ടി എസ് ഠാക്കൂർ ;പകടിപ്പിച്ചത്. കൊളീജിയം നല്കുന്ന ശുപാർശയനുസരിച്ച് നിയമനം നടക്കുന്നതിൽ ഉണ്ടാകുന്ന കാലതാമസമാണ് ചീഫ് ജസ്റ്റിസിനെ പ്രയാസത്തിലാക്കിയത്. അതിനേക്കാൾ പ്രധാനം നിയമിക്കേണ്ടവരെ കണ്ടെത്തുന്നതിനുള്ള സംവിധാനത്തെക്കുറിച്ച് നിലനില്ക്കുന്ന അനിശ്ചിതത്വവും ആശയക്കുഴപ്പവുമാണ്. നിയമനാധികാരി രാഷ്ട്രപതിയാണെങ്കിൽ അദ്ദേഹം അതു ചെയ്യേണ്ടത് പ്രധാനമന്ത്രി നല്കുന്ന ഉപദേശമനുസരിച്ചാണ്. ജഡ്ജിമാരുടെ നിയമനത്തിൽ എക്സിക്യൂട്ടീവിന്റെ പരമാധികാരമെന്നത് ലോകമെങ്ങും അംഗീകരിക്കപ്പെട്ടിട്ടുള്ള തത്ത്വമാണ്. യു എസിൽ പ്രസിഡന്റ് നടത്തുന്ന നിയമനത്തിന് സെനറ്റിന്റെ അംഗീകാരംകൂടി ആവശ്യമുണ്ട്. ഇന്ത്യയിൽ ഈ അധികാരം ദുർബ്ബലമായ ഒരു എക്സിക്യൂട്ടീവിനെ നിസ്സഹായാവസ്ഥയിലാക്കിക്കൊണ്ട് സുപ്രീം കോടതി സ്വയം ഏറ്റെടുത്തു. കൊളീജിയം എന്ന ഭരണഘടനാബാഹ്യമായ സംവിധാനത്തിന് സുപ്രീം കോടതി രൂപംകൊടുത്തു. ഒരുതരം ജുഡീഷ്യൽ ഒലിഗാർക്കിയുടെ പിടിയിൽ നമ്മുടെ സംവിധാനത്തെ അമർത്തുന്ന അട്ടിമറിയാണ് നടന്നത്. ഇതിനു പരിഹാരമായി ഭരണഘടനാ ഭേദഗതിയിലൂടെ നാഷണൽ ജുഡീഷ്യൽ നിയമന കമ്മീഷന് പാർലമെന്റ് രൂപംകൊടുത്തപ്പോൾ ആ നടപടികളത്രയും സുപ്രീം കോടതി അസാധുവാക്കി.

ആരോടും കടപ്പാടില്ലാതെ ജഡ്ജിമാർക്ക് സ്വതന്ത്രമായി പ്രവർത്തിക്കുന്നതിനുള്ള സാഹചര്യമൊരുക്കുന്നതിനുവേണ്ടിയാണ് നിയമനാധികാരം കൊളീജിയം ഏറ്റെടുത്തത്. എന്നാൽ റിട്ടയർ ചെയ്തതിനുശേഷവും അവർക്ക് ജീവിതം ബാക്കിയുണ്ട്. മോഹിപ്പിക്കുന്ന കനികൾ എക്സിക്യൂട്ടീവിന്റെ കൂടയിലുണ്ട്. കാർക്കശ്യമുള്ള അരുൺ മിശ്ര പൊതുവേദിയിൽ പ്രധാനമന്ത്രിയെ വാനോളം പ്രശംസിച്ചുയർത്തുന്നതു നാം കണ്ടു. ബഹുമുഖപ്രതിഭയെന്നാണ് അന്താരാഷ്ട്രവേദിയിൽ അരുൺ മിശ്ര പ്രധാനമന്ത്രിയെ വിശേഷിപ്പിച്ചത്. അദ്ദേഹം കാംക്ഷിക്കുന്നതെന്തെന്ന് നമുക്കറിയില്ല. തിലക് മാർഗ്ഗിൽനിന്ന് സൻസദ് മാർഗ്ഗ് ഉൾപ്പെടെ പലേടത്തേക്കും വഴികൾ നീളുന്നുണ്ട്. പ്രലോഭനം ഒഴിവാക്കുന്നതിനുള്ള ഒരു മാർഗ്ഗം റിട്ടയർമെന്റ് പ്രായം 70 ആയി ഉയർത്തുകയെന്നതാണ്. യു എസിൽ ജഡ്ജി

മാർ വിരമിക്കുന്നില്ല. അവരുടെ കാലാവധി ആജീവനാന്തമോ അല്ലെങ്കിൽ അവശനാകുന്നതുവരെയോ ആണ്. അവശത ശാരീരികമോ മാനസികമോ ആകാം. അമേരിക്കയുടെ ചരിത്രത്തിൽ ഏറ്റവും നീണ്ടകാലം ജഡ്ജിയായിരുന്നത് 1980 ൽ എൺപത്തിരണ്ടാമത്തെ വയസ്സിൽ അന്തരിച്ച വില്യം ഒ ഡഗ്ലസ് ആയിരുന്നു. അദ്ദേഹം 36 വർഷം ജഡ്ജിയായിരുന്നു. മരിക്കുന്നതിന് അഞ്ച് വർഷം മുമ്പുവരെ അദ്ദേഹം ജഡ്ജിയായി പ്രവർത്തിച്ചു. 1801 മുതൽ 1835 വരെ ചീഫ് ജസ്റ്റിസായിരുന്ന ജോൺ മാർഷൽ മുപ്പത്തിനാല് വർഷം ചീഫ് ജസ്റ്റിസായിരുന്നു. യൂറോപ്പിൽ എഴുപതു വയസ്സുവരെ ജഡ്ജിമാർക്ക് സർവ്വീസിൽ തുടരാം. ഇംപീച്ച്മെന്റ് അല്ലാതെ പിരിച്ചുവിടാൻ മാർഗ്ഗമില്ലാതിരിക്കെ റിട്ടയർമെന്റിനുള്ള പ്രായംകൂടി വർദ്ധിപ്പിച്ചാൽ കസേരകൾ സ്വപ്നം കാണുന്ന രോഗത്തിനു ശമനമുണ്ടാകും.

വീഡിയോ കോൺഫറൻസിങ് എന്ന വിദൂരവാദസംവിധാനം ലോക്ഡൗണിൽ രൂപപ്പെട്ട അവശ്യസംവിധാനമാണെങ്കിലും അത് സാധാരണസംവിധാനം ആക്കാവുന്നതാണ്. സുപ്രീം കോടതിയിലെ അഭിഭാഷകരുടെ സമഗ്രാധിപത്യം തകർത്തെങ്കിലേ നീതി സാധാരണക്കാർക്ക് പ്രാപ്യമാകൂ. വാചാടോപത്തേക്കാൾ വാദത്തിനു പ്രാമുഖ്യമുണ്ടാകണം. യു എസ് സുപ്രീം കോടതിയിലെപ്പോലെ പറയാനുള്ളത് എഴുതി സമർപ്പിക്കുന്ന രീതിയുണ്ടാകണം. എഴുതി സമർപ്പിക്കുന്നതിന്റെ സംക്ഷിപ്തമായ അവതരണമോ വിശദീകരണമോ മാത്രമാകണം ഔപചാരികമായ വാദം. തലക്കെട്ടും തലയെടുപ്പും നോക്കി സംഭ്രമിക്കുന്നതിനു പകരം ആരായാലും പറയുന്നതിൽ കാര്യമുണ്ടോ എന്ന നിലപാടിലേക്ക് ജഡ്ജിമാർ മാറിയാൽ കാര്യങ്ങൾക്ക് നീക്കുപോക്കുണ്ടാകും.

കോടതിയുടെ സമീപനത്തിൽ മൗലികമായ മാറ്റമുണ്ടാകണം. കോടതിയലക്ഷ്യത്തിന് ശിക്ഷിക്കുന്നതിന് ഭരണഘടനയും കോടതിയലക്ഷ്യനിയമവും നല്കിയിരിക്കുന്ന അധികാരം അഭിപ്രായപ്രകടനസ്വാതന്ത്ര്യത്തിനു വിഘാതമാകാത്ത രീതിയിൽ പ്രയോഗിക്കുന്നതിനുള്ള സന്മനസ്സ് കോടതിക്കുണ്ടാകണം. പ്രശാന്ത് ഭൂഷൺ കേസിൽ കോടതി സ്വീകരിച്ച സമീപനം ഭരണഘടനാപരമായി ആശാസ്യമായ രീതിയിലുള്ളതായിരുന്നില്ല. മൂന്നു മാസത്തെ തടവും മൂന്നു വർഷത്തെ തൊഴിൽ വിലക്കും ഒരു രൂപയിൽ ഒതുക്കിയെന്നതുകൊണ്ട് സമീപനത്തിലെ ജനാധിപത്യവിരുദ്ധത ഇല്ലാതാകുന്നില്ല. യു എസ് സുപ്രീം കോടതി തെളിച്ച വഴിയിലൂടെ അഭിപ്രായപ്രകടനസ്വാതന്ത്ര്യത്തെ വികസ്വരമാക്കി ബഹുദൂരം സഞ്ചരിച്ച നമ്മുടെ സുപ്രീം കോടതി വിമർശനത്തോട് നിഷേധാത്മകമായി മുഖം തിരിക്കുന്നു. കോടതിയുടെ സുഗമമായ പ്രവർത്തനത്തിനും ഉത്തരവുകൾ അനുസരിപ്പിക്കുന്നതിനും ആവശ്യമായതിൽ കവിഞ്ഞ അധികാരം സുപ്രീം കോടതിക്കാവശ്യമില്ല. സമൂഹത്തിന് അംഗീകരിക്കാൻ കഴിയുന്ന വിധികളിലൂടെയാണ് സുപ്രീം കോടതി വിശ്വാസ്യതയും ആധികാരികതയും നിലനിർത്തേണ്ടത്. സ്വതന്ത്രമായ അഭിപ്രായപ്രകടനം സാദ്ധ്യമാകുന്നിടത്താണ് ജനാധിപത്യം നിലനില്ക്കുന്നതെന്ന തത്ത്വം ജനാ

ധിപത്യത്തിലെ കോടതികൾക്കും ബാധകമാണ്.

പകർച്ചവ്യാധിയുടെ നിർബ്ബന്ധത്താലാണെങ്കിലും ആധുനികമായ സാങ്കേതികവിദ്യയെ ആശ്ലേഷിക്കാൻ കോടതി നിർബ്ബന്ധിതമായി. പ്രശാന്ത് ഭൂഷന്റെ വിമർശമുണ്ടായെങ്കിലും ആധുനികമായതിനെ സ്വീകരിക്കുന്നതിനുള്ള ചീഫ് ജസ്റ്റിസിന്റെ മനസ്സിന് ആ മോട്ടോർ സൈക്കിൾ ഉദാഹരണമായി. കോടതിമുറിയിലെ തിക്കിലും തിരക്കിലും അശ്രാവ്യമാകുന്ന പിറുപിറുക്കലുകൾക്കു പകരം എല്ലാം എല്ലാവരും കേൾക്കുന്ന അവസ്ഥയുണ്ടാകണം. അതാണ് തുറന്ന കോടതി. ഉച്ചഭാഷിണിയും ക്യാമറയും എത്തിച്ചേരാതിരുന്ന കോടതിയിലേക്കാണ് പൊടുന്നനെ സൂം തുടങ്ങിയ സങ്കേതങ്ങൾ എത്തിയത്. പാർലമെന്റിലെന്നപോലെ തത്സമയ സംപ്രേഷണത്തിലേക്ക് കോടതി മാറണം. അപ്പോൾ സുപ്രീം കോടതി രാജ്യത്തെ ഏറ്റവും പരമോന്നതമായ നിയമവിദ്യാലയം കൂടിയാകും.

ബിസിനസ് മാനേജ്മെന്റിനൊപ്പം ടൈം മാനേജ്മെന്റും കോടതി പഠിക്കണം. അറസ്റ്റിലാകുന്നവരുടെ ജാമ്യാപേക്ഷ പെട്ടെന്നു കേൾക്കണം. ശിക്ഷിക്കപ്പെടുന്നവരുടെ അപ്പീൽ പെട്ടെന്നു തീർക്കണം. പിതൃസ്വത്തിനെച്ചൊല്ലിയുള്ള തർക്കം അവകാശികളുടെ ജീവിതകാലത്തുതന്നെ പരിഹരിക്കപ്പെടണം. മനുഷ്യായുസ്സ് പരിമിതമാകയാൽ അതിനുള്ളിൽ കേസുകൾ തീർപ്പാക്കപ്പെടണം. ഇതെല്ലാം ഭരണഘടന ഉറപ്പ് നല്കുന്ന അവകാശങ്ങൾ കൂടിയാണ്. കാലതാമസം നീതിയുടെ നിഷേധത്തിനു കാരണമാകും. ദ്രുതവിചാരണ വാദിയുടെയും പ്രതിയുടെയും അവകാശമാണ്. അനുച്ഛേദം 21 ഉറപ്പുനല്കുന്ന വ്യക്തിസ്വാതന്ത്ര്യത്തിന്റെ ഭാഗമാണിതെന്ന് ആന്തുലെയുടെ കേസിൽ സുപ്രീം കോടതി പറഞ്ഞിട്ടുണ്ട്.

കേസുകൾ അന്തമില്ലാതെ കുന്നുകൂടുമ്പോൾ സുപ്രീം കോടതി ദീർഘകാലം അടച്ചിടേണ്ട കാര്യമുണ്ടോ? വിമാനം ഉണ്ടായിട്ടില്ലാത്ത കാലത്ത് ബ്രിട്ടീഷ് ജഡ്ജിമാർക്ക് ഇംഗ്ലണ്ടിൽ പോയിവരുന്നതിനാണ് വേനലവധി എന്ന ഏർപ്പാടുണ്ടായത്. ദീർഘവും ബഹുവിധവുമായ അവധികൾ ഉപേക്ഷിച്ച് കോടതിയുടെ പ്രവൃത്തിദിനങ്ങൾ വർദ്ധിപ്പിക്കണമെന്ന് ആഭ്യന്തരമന്ത്രിയായിരുന്ന വല്ലഭ്ഭായ് പട്ടേൽ ആവശ്യപ്പെട്ടു. ജഡ്ജിമാരുടെ ശമ്പളം വർദ്ധിപ്പിക്കണമെന്ന ആവശ്യം പരിഗണിച്ചപ്പോഴാണ് അദ്ദേഹം ഇപ്രകാരം നിർദ്ദേശിച്ചത്. ശമ്പളം പിന്നീട് പലതവണ വർദ്ധിപ്പിച്ചു. പ്രവൃത്തിദിനങ്ങളുടെ എണ്ണം വർദ്ധിച്ചില്ല.

കോടതികൾ അവധിക്കാലം കുറയ്ക്കണമെന്ന നിർദ്ദേശം ചീഫ് ജസ്റ്റിസായിരുന്ന ആർ എം ലോധ ന്യായാധിപരുടെയും അഭിഭാഷകരുടെയും പരിഗണനയ്ക്കുവച്ചു. ആറു വർഷമായെങ്കിലും ഒന്നും സംഭവിച്ചില്ല. യുഎസിൽ ചീഫ് ജസ്റ്റിസായിരുന്ന വാറൻ ബർഗറുടെ നിരീക്ഷണം ലോധ തന്റെ കത്തിൽ ചേർത്തിരുന്നു. വേദന അടിയന്തരമായ പരിഹാരം ആവശ്യപ്പെടുന്നുവെന്നാണ് ബർഗർ പറഞ്ഞത്. കോടതികൾ ആശുപത്രികളെപ്പോലെയായിരിക്കണം. ആശുപത്രിയിലെത്തുന്ന രോഗിക്ക് അടിയന്തരമായ ചികിത്സ നല്കുന്നതുപോലെ നിയമപരമായ പ്രശ്നവുമായി കോടതി

യിലെത്തുന്നവർക്കും അടിയന്തരമായ പരിഹാരം ആവശ്യമുണ്ട്.

കോടതികൾ അടഞ്ഞുകിടക്കുന്നത് പരിഷ്കൃതസമൂഹത്തിന് ഭൂഷണമല്ല. നീതി സദാ പ്രവർത്തനനിരതമായിരിക്കണം. കെട്ടിടങ്ങൾക്ക് വിശ്രമം ആവശ്യമില്ലാത്തതിനാൽ കോടതികൾക്ക് ഷിഫ്റ്റ് അടിസ്ഥാനത്തിൽ പ്രവർത്തിക്കാം. സുപ്രീം കോടതിയിൽ ഉൾപ്പെടെ ഷിഫ്റ്റ് സമ്പ്രദായം ഏർപ്പെടുത്തുകയെന്നത് ലോ കമ്മീഷൻ ശുപാർശ ചെയ്തിട്ടുള്ള കാര്യമാണ്. റിട്ടയർ ചെയ്ത ജഡ്ജിമാരുടെ സേവനം രണ്ടാം ഷിഫ്റ്റിൽ പ്രയോജനപ്പെടുത്താം. പെൻഷൻ കഴിച്ചുള്ള തുക ശമ്പളമായി നല്കിയാൽ മതിയെന്നതിനാൽ കുറഞ്ഞ ചെലവിൽ കൂടുതൽ ജോലി നടക്കും. റിട്ടയർചെയ്ത ജഡ്ജിമാരെ താല്ക്കാലികാടിസ്ഥാനത്തിൽ വീണ്ടും നിയമിക്കുന്നതിന് ഭരണഘടനയിൽ വ്യവസ്ഥയുണ്ട്. റിട്ടയർ ചെയ്തതിനുശേഷം എക്സിക്യൂട്ടീവിന്റെ കനിവിൽ ഏതെങ്കിലും പദവിക്കുവേണ്ടി കാത്തിരിക്കുന്നതിനേക്കാൾ അഭികാമ്യവും അന്തസ്സുള്ളതുമാണ് ഇത്തരത്തിലുള്ള പുനർനിയമനം. ജഡ്ജിമാരുടെ സർവ്വീസ് കാലാവധി വർദ്ധിപ്പിക്കാമെന്ന നിർദ്ദേശത്തോടൊപ്പം പരിഗണിക്കാവുന്നതാണ് ഈ നിർദ്ദേശം. എത്ര പേർ ഇരുന്ന് തീർത്താലും തീരാത്തത്ര കേസുകൾ കോടതിയിൽ കെട്ടിക്കിടക്കുന്നുണ്ട്.

ലക്ഷ്യവും അലക്ഷ്യവും

ഭരണഘടനയുടെ അനുച്ഛേദം 129 അനുസരിച്ച് സുപ്രീം കോടതിയും 215 അനുസരിച്ച് ഹൈക്കോടതികളും കോർട്ട് ഓഫ് റെക്കോഡ് ആണ്. കോടതിയലക്ഷ്യത്തിന് ശിക്ഷിക്കുന്നതിന് അധികാരമുള്ള കോടതി എന്നാണ് ഇതിനർത്ഥം. അനിയന്ത്രിതമായി പ്രയോഗിക്കാൻ സാദ്ധ്യതയുള്ള ഈ അധികാരത്തെ നിർവ്വചിക്കുന്നതിനും നിയന്ത്രിക്കുന്നതിനുമായി പാർലമെന്റ് നിയമനിർമ്മാണം നടത്തിയിട്ടുണ്ട്. 1971 ൽ പാസാക്കിയ കോടതിയലക്ഷ്യ നിയമമാണ് ഇപ്പോൾ പ്രാബല്യത്തിലുള്ളത്. 1952 ലെ നിയമം റദ്ദാക്കിക്കൊണ്ടാണ് 1971 ലെ നിയമം ഉണ്ടായത്.

സിവിൽ എന്നും ക്രിമിനൽ എന്നും രണ്ടു തരത്തിലുള്ള കോടതിയലക്ഷ്യമുണ്ട്. കോടതിയോടുള്ള അനുസരണക്കേടാണ് സിവിൽ കോടതിയലക്ഷ്യം. കോടതിയെ അപവദിക്കുന്ന അപകീർത്തികരമായ പ്രസ്താവനകളാണ് ക്രിമിനൽ കോടതിയലക്ഷ്യമാകുന്നത്. നീതിനിർവ്വഹണത്തെ തടസ്സപ്പെടുത്തുന്ന ഏത് പ്രവൃത്തിയും ക്രിമിനൽ കോടതിയലക്ഷ്യമായി കണക്കാക്കപ്പെടും. പിഴയോ പിഴയോടുകൂടിയ ആറു മാസത്തെ തടവോ ആണ് കോടതിയലക്ഷ്യത്തിനുള്ള ശിക്ഷ. രണ്ടായിരം രൂപയാണ് പരമാവധി ചുമത്താവുന്ന പിഴ. കോടതിക്ക് തൃപ്തികരമായ രീതിയിൽ ഖേദം പ്രകടിപ്പിച്ചാൽ ശിക്ഷയിൽനിന്ന് ഒഴിവായേക്കാം.

കോടതിയലക്ഷ്യമെന്ന കുറ്റവും അതിനുള്ള ശിക്ഷയും വലിയ തോതിലുള്ള ആക്ഷേപത്തിന് കാരണമാകാറുണ്ട്. ഭരണഘടന ഉറപ്പ് നല്കുന്ന മൗലികാവകാശമായ അഭിപ്രായപ്രകടനസ്വാതന്ത്ര്യത്തിന്റെ നിഷേധമാണ് കോടതിയലക്ഷ്യത്തിനുള്ള ശിക്ഷാധികാരമെന്ന് പൊതുവെ കരുതപ്പെടുന്നു. ഏകപക്ഷീയമായി പ്രയോഗിക്കപ്പെടുന്ന അധികാരമാണത്.

കോടതി ഭരണഘടനയുടെ നിർമ്മിതിയാകയാൽ ഭരണഘടനയുടെ നിർമ്മാതാക്കളായ ജനങ്ങൾക്ക് കോടതിയെ വിമർശിക്കുന്നതിനും വിലയിരുത്തുന്നതിനും അധികാരമുണ്ട്. ഈ അധികാരത്തിന്റെ നിരാസം കൂടിയാണ് കോടതിയലക്ഷ്യത്തിനുള്ള ശിക്ഷ.

മാധ്യമപ്രവർത്തകരെ വല്ലാതെ അലട്ടുന്നതാണ് കോടതിയലക്ഷ്യത്തിനുള്ള സാദ്ധ്യത. വാർത്തയുടെ സോഴ്സ് വെളിപ്പെടുത്താത്തതിന്റെ പേരിൽ ശിക്ഷിക്കപ്പെട്ട മാധ്യമപ്രവർത്തകർ യു എസിലും യു കെയിലുമുണ്ട്. സബ് ജുഡീസ് എന്ന ലേബൽ പതിഞ്ഞാൽ പൊതുതാല്പര്യമുള്ള കാര്യങ്ങളെക്കുറിച്ചുള്ള ചർച്ച അസാദ്ധ്യമാക്കുന്ന നിയമത്തിനെതിരെ യു കെയിൽ *സൺഡേ ടൈംസും* അതിന്റെ വിഖ്യാതനായ എഡിറ്റർ ഹാരൾഡ് എവൻസും എഴുപതുകളിൽ യൂറോപ്യൻ കോടതിവരെ എത്തിയ പ്രസിദ്ധമായ നിയമപോരാട്ടം നടത്തിയിട്ടുണ്ട്. ഗർഭകാലത്ത് താലിഡൊമൈഡ് എന്ന ഔഷധം കഴിച്ച സ്ത്രീകൾ വൈകല്യമുള്ള കുഞ്ഞുങ്ങളെ പ്രസവിച്ചതുമായി ബന്ധപ്പെട്ട വാർത്തകൾ പ്രസിദ്ധപ്പെടുത്തുന്നത് സംബന്ധിച്ചുള്ളതായിരുന്നു കേസ്. കോടതികളിൽ കേസുകൾ തീർപ്പാകാതെ കിടക്കുന്നുവെന്ന കാരണത്താൽ പൊതുതാല്പര്യമുള്ള വിഷയങ്ങളിൽ മാധ്യമങ്ങൾ അനിശ്ചിതമായി നിശ്ശബ്ദത പാലിക്കണമോ എന്ന ചോദ്യമാണ് *സൺഡേ ടൈംസ്* ഉന്നയിച്ചത്. യൂറോപ്യൻ കോടതി പത്രത്തിന് അനുകൂലമായ വിധി നല്കിയെന്നു മാത്രമല്ല അതിന്റെ അടിസ്ഥാനത്തിൽ യു കെയിലെ കോടതിയലക്ഷ്യനിയമം മാറ്റിയെഴുതുകയും ചെയ്തു.

1970 ൽ ഇ എം എസ് നമ്പൂതിരിപ്പാടിനെ ശിക്ഷിച്ച സുപ്രീം കോടതി വിധിയോടെ കോടതിയലക്ഷ്യനിയമം ഇന്ത്യയിൽ വലിയ തോതിലുള്ള അക്കാദമിക ചർച്ചയ്ക്ക് വിഷയമായി. ജഡ്ജിമാർക്ക് വർഗ്ഗസ്വഭാവമുള്ളതിനാൽ വർഗ്ഗപരമായ പക്ഷപാതിത്വത്തിൽനിന്ന് കോടതികൾക്ക് മുക്തമാകാൻ കഴിയില്ലെന്ന സാമാന്യവല്കരിക്കപ്പെട്ട പ്രസ്താവനയാണ് ഇ എം എസ് നടത്തിയത്. സമ്പന്നനായ ജന്മിയും ദരിദ്രനായ തൊഴിലാളിയും മുഖാമുഖം നില്ക്കുമ്പോൾ കോടതിയുടെ ചായ്‌വ് ജന്മിക്കനുകൂലമായിരിക്കും എന്നാണ് ഇ എം എസ് പറഞ്ഞതിന്റെ സാരം. വർഗ്ഗസമരസിദ്ധാന്തത്തെ അടിസ്ഥാനമാക്കി തന്റെ നിലപാടിന് പ്രത്യയശാസ്ത്രപരമായ സാധൂകരണം കണ്ടെത്താൻ ഇ എം എസ് ശ്രമിച്ചെങ്കിലും കോടതിക്ക് സ്വീകാര്യമായില്ല. മാർക്സിസത്തെക്കുറിച്ചുള്ള ഇ എം എസിന്റെ ധാരണയിൽ ന്യൂനതയുണ്ടെന്നാണ് ജസ്റ്റിസ് ഹിദയത്തുള്ള പറഞ്ഞത്. ഇ എം എസിനെ മാർക്സിസം പഠിപ്പിക്കുന്നതിനുള്ള ദീർഘമായ ശ്രമം വിധിയിലൂടെ അദ്ദേഹം നടത്തി. ആയിരം രൂപ പിഴയോ ഒരു മാസം തടവോ ആയിരുന്നു ഇ എം എസിന് ഹൈക്കോടതി നല്കിയ ശിക്ഷ. അത് സുപ്രീം കോടതി അൻപത് രൂപയായി കുറച്ചെങ്കിലും അതിനേക്കാൾ കടുത്ത

ശിക്ഷയായിരുന്നു ആ പ്രബോധനം. 2007 ൽ സമാനമായ വിമർശനം മന്ത്രിയായിരിക്കെ പാലോളി മുഹമ്മദ് കുട്ടി നടത്തി. കോഴിക്കോട് സർവ്വകലാശാലയിൽ നടന്ന സെമിനാറിൽ പങ്കെടുത്തുകൊണ്ട് നോട്ടുകെട്ടിന്റെ കനം വിധിയെ സ്വാധീനിക്കുമെന്ന് അദ്ദേഹം പറഞ്ഞു. സ്വാശ്രയവിദ്യാഭ്യാസസ്ഥാപനങ്ങളെ നിയന്ത്രിക്കുന്നതിന് സംസ്ഥാന സർക്കാർ കൊണ്ടുവന്ന നിയമം ഹൈക്കോടതി അസാധുവാക്കിയ പശ്ചാത്തലത്തിലായിരുന്നു ആ പ്രസ്താവന. പാലോളിക്കും പ്രസംഗത്തിലെ പരാമർശം റിപ്പോർട്ടുചെയ്ത പത്രങ്ങൾക്കുമെതിരെ കോടതിയലക്ഷ്യത്തിന് ഹൈക്കോടതി സ്വമേധയാ കേസെടുത്തു. *തേജസ്* പത്രത്തിനുവേണ്ടി ഞാൻ കേസിൽ ഹാജരായി. ഖേദപ്രകടനം സ്വീകരിച്ച് പത്രത്തെ കോടതി നടപടിയിൽനിന്ന് ഒഴിവാക്കി. പാലോളിയുടെ ഖേദപ്രകടനം ഹൈക്കോടതി സ്വീകരിച്ചില്ല. ഖേദപ്രകടനം സ്വീകരിച്ച് സുപ്രീം കോടതിയാണ് അദ്ദേഹത്തെ കുറ്റവിമുക്തനാക്കിയത്.

കോടതിയെ സംബന്ധിച്ച് വിശ്വാസ്യത പ്രധാനപ്പെട്ട കാര്യമാണ്. നിഷ്പക്ഷതയിലാണ് കോടതിയുടെ വിശ്വാസ്യത നിലനില്ക്കുന്നത്. വിശ്വാസ്യതയ്ക്ക് ക്ഷതമേല്ക്കുംവിധം നിഷ്പക്ഷത ചോദ്യം ചെയ്യപ്പെടുമ്പോൾ കോടതി ക്ഷുഭിതമാകുന്നു. ഈ സാഹചര്യത്തിലാണ് കോടതിയലക്ഷ്യമെന്ന ഏകപക്ഷീയവും വിവേചനരഹിതമായി പ്രയോഗിക്കാൻ കഴിയുന്നതുമായ നിയമത്തിന്റെ പ്രയോഗമുണ്ടാകുന്നത്. പരിപാലിക്കേണ്ടതായവയുടെ പരിപാലനത്തിന് കോടതിയലക്ഷ്യംപോലെ പരുക്കനായ ഒരു നിയമത്തിന്റെ ആവശ്യമില്ലെന്ന് അമേരിക്കയിലും യൂറോപ്പിലുമുള്ള കോടതികൾക്ക് ബോദ്ധ്യമായിട്ടും നമ്മുടെ കോടതികൾക്ക് ബോദ്ധ്യമാകാത്തത് കൊളോണിയൽ പാരമ്പര്യത്തിന്റെ തുടർച്ചയിൽ അവ കഴിയുന്നതുകൊണ്ടാണ്. ആത്മവിശ്വാസം കുറയുമ്പോഴും കൃത്രിമമായ പ്രതിരോധമാർഗ്ഗങ്ങൾ സ്വീകരിക്കും.

മഹാപുരോഹിതനോട് വിനയത്തോടെ സംസാരിച്ചില്ലെന്ന കുറ്റത്തിന് സേവകൻ യേശുവിന്റെ കരണത്തടിച്ചു. ഔദ്ധ്യത്വം ആരോപിക്കപ്പെടുന്നവരെ നീതിപീഠത്തിലെ മഹാപുരോഹിതർ ഇന്ന് നേരിട്ട് ശിക്ഷിക്കുന്നു. കുറ്റം ആരോപിക്കുന്നതും വിചാരണ നടത്തുന്നതും ശിക്ഷിക്കുന്നതും ഒരാൾതന്നെ എന്ന ന്യൂനത കോടതിയലക്ഷ്യനിയമത്തിനുണ്ട്. അഭിപ്രായപ്രകടനസ്വാതന്ത്ര്യത്തിനുമേൽ ഏർപ്പെടുത്താവുന്ന ന്യായമായ നിയന്ത്രണമായി കോടതിയലക്ഷ്യനിയമത്തെ ഭരണഘടനയുടെ അനുച്ഛേദം 19(2) കാണുന്നുണ്ട്. ന്യായമായ എന്ന വിശേഷണം അനുയോജ്യമാകാത്ത രീതിയിലാണ് നിയമത്തിന്റെ പ്രകൃതവും പ്രവർത്തനവും. വിചാരണയിൽ സ്വാഭാവികനീതിയുടെ തത്ത്വങ്ങൾ പാലിക്കപ്പെടുന്നില്ലെന്നു മാത്രമല്ല പ്രതിക്ക് ഉന്നയിക്കാൻ കഴിയുന്ന ന്യായീകരണങ്ങൾ വളരെ കുറവുമാണ്.

മൊണ്ടെസ്ക്യുവിന്റെ അധികാരത്തിന്റെ വേർതിരിവ് എന്ന സിദ്ധാന്തമനുസരിച്ച് ഭരണവിഭാഗത്തെ മൂന്നായി തിരിച്ചിരിക്കുന്നു. അവയിലൊന്നാണ് ജുഡീഷ്യറി. തർക്കത്തിൽ തീർപ്പ് കല്പിക്കുകയെന്നതാണ് കോടതിയുടെ ചുമതല. ശിക്ഷയുണ്ടെങ്കിൽ ശിക്ഷ നിശ്ചയിക്കും. അത് നടപ്പാക്കേണ്ടത് എക്സിക്യൂട്ടീവാണ്. സ്വന്തമായി പൊലീസോ മറ്റുതരത്തിലുള്ള സേനയോ ഇല്ലാത്ത വിഭാഗമാണ് ജുഡീഷ്യറി. അങ്ങനെവരുമ്പോൾ കോടതിയുടെ അധികാരം സ്ഥാപിച്ച് നിലനിർത്തുന്നതിന് ചില അധികാരങ്ങൾ ആവശ്യമായി വരും. അവയിൽ പ്രധാനപ്പെട്ടതാണ് കോടതിയലക്ഷ്യം ആരോപിച്ച് ശിക്ഷിക്കുന്നതിനുള്ള അധികാരം. ഭയപ്പെടുത്തി ചൊല്പടിക്കു നിർത്തുകയെന്ന സാധാരണതത്ത്വത്തിന്റെ ഭാഗമാണിത്. പക്ഷേ, അതിൽ ജനാധിപത്യവിരുദ്ധതയുണ്ട്. ഉത്തരവുകൾ അനുസരിപ്പിക്കുകയെന്ന ഭരണപരമായ ആവശ്യത്തിനപ്പുറം വർത്തമാനത്തെ അമർച്ച ചെയ്യുന്നതിനും വിമർശനം ഒഴിവാക്കുന്നതിനുമുള്ള അധികാരം കോടതിയാണെങ്കിലും ദുരുപയോഗപ്പെടുത്തുന്നതിനുള്ള സാദ്ധ്യത കൂടുതലാണ്.

കോടതിയെ അപവദിക്കുകയെന്നതാണ് മാരകമായ കുറ്റമായി കോടതി കാണുന്നത്. അപകീർത്തികരമായ അസത്യങ്ങൾ ജഡ്ജിമാർക്കെതിരെയെന്നല്ല ആർക്കെതിരെയും ഉണ്ടാകരുത്. അപകീർത്തി കൈകാര്യം ചെയ്യുന്നതിന് പ്രത്യേകമായ നിയമമുണ്ട്. അപകീർത്തികരമെന്ന് പ്രത്യക്ഷത്തിൽ തോന്നുന്ന കാര്യങ്ങൾ കുറ്റകരമല്ലാതാകുന്ന സാഹചര്യങ്ങൾ ശിക്ഷാനിയമത്തിൽ അക്കമിട്ട് പറയുന്നുണ്ട്. അത്തരം പരിരക്ഷയൊന്നും കോടതിയലക്ഷ്യ നിയമത്തിലില്ല. സുപ്രീം കോടതിയിൽനിന്നുള്ള ശിക്ഷയ്ക്കെതിരെ അപ്പീൽ നല്കാൻപോലും വ്യവസ്ഥയില്ല.

മാധ്യമങ്ങളുടെ ഇടപെടൽ

അന്വേഷണം പൊലീസിന്റെ ഉത്തരവാദിത്വവും വിചാരണ കോടതിയുടെ അധികാരവുമാണ്. കോടതിയിൽ പ്രഥമ വിവര റിപ്പോർട്ട് (എഫ് ഐ ആർ) സമർപ്പിക്കുന്നതോടെയാണ് ഇൻവെസ്റ്റിഗേഷന്റെ തുടക്കം. ഇപ്രകാരം സബ് ജുഡീസായിക്കഴിഞ്ഞ വിഷയത്തിലാണ് മാധ്യമങ്ങളുടെ സമാന്തരമായ അന്വേഷണവും വിചാരണയും നടക്കുന്നത്. കോടതിയുടെ പരിഗണനയിൽ എന്നാണ് സബ് ജുഡീസ് എന്നതിന്റെ അർത്ഥം. നീതിനിർവ്വഹണത്തിലുള്ള ഇടപെടലെന്ന നിലയിൽ സബ് ജുഡീസായ കേസുകളിൽ ഉണ്ടാകുന്ന ഇടപെടൽ തടയുന്നതിന് കോടതിക്ക് അധികാരമുണ്ട്. മാധ്യമങ്ങളെ പൊലീസ് സമർത്ഥമായി ഉപയോഗിക്കുന്നുവെന്നല്ലാതെ മാധ്യമങ്ങൾക്ക് പൊലീസിനെ വഴിതെറ്റിക്കാനാവില്ല. തിരിച്ചറിയൽ പരേഡിന് വിധേയനാക്കേണ്ട പ്രതിയുടെ ചിത്രം നേരത്തെ പ്രസിദ്ധീകരിച്ച് പൊലീസിനെ ബുദ്ധിമുട്ടിക്കാൻ മാധ്യമങ്ങൾക്ക് ചിലപ്പോൾ കഴിഞ്ഞേക്കാം. മൊബൈൽ ക്യാമറയുടെയും ഇന്റർനെറ്റിന്റെയും കാലത്ത്

പഴയ തത്ത്വങ്ങൾ അതേപടി നിലനിർത്താനാവില്ല. സാക്ഷികളെ സംശയത്തിലും സമ്മർദ്ദത്തിലുമാക്കാൻ മാധ്യമങ്ങൾക്ക് കഴിയും. കണ്ടതാണോ കേട്ടതാണോ ശരിയെന്ന സന്ദേഹം അവർക്കുണ്ടാകും. ജൂറി സമ്പ്രദായം ഇന്ത്യയിൽ നിലവിലില്ലാത്തതിനാൽ ജൂറിമാർ സ്വാധീനിക്കപ്പെടുമെന്ന ആശങ്ക വേണ്ട. പരിണതപ്രജ്ഞരായ ജഡ്ജിമാർ മാധ്യമങ്ങളാൽ സ്വാധീനിക്കപ്പെടുമെന്ന് കരുതേണ്ട കാര്യവുമില്ല.

മാധ്യമവിചാരണയെ സംബന്ധിച്ച് ഇപ്രകാരം മാധ്യമങ്ങൾക്ക് അനുകൂലമായ ന്യായങ്ങൾ കണ്ടെത്താനാണ് ജൂറി സമ്പ്രദായം നിലവിലുള്ള അമേരിക്കയിലെ കോടതികൾ ശ്രമിക്കുന്നത്. നീതിനിർവ്വഹണത്തിൽ വ്യക്തവും സമകാലികവുമായ അപകടം മാധ്യമങ്ങളുടെ ഇടപെടൽ നിമിത്തം ഉണ്ടായിട്ടുണ്ടോ എന്ന പരിശോധനയാണ് അവിടെ കോടതികൾ നടത്തുന്നത്. ഉത്തരം മിക്കവാറും നെഗറ്റീവ് ആകുമെന്നിരിക്കെ സബ് ജുഡീസ് എന്ന കോടതിയലക്ഷ്യം മാധ്യമങ്ങൾക്കെതിരെയോ നിരീക്ഷകർക്കെതിരെയോ ഉണ്ടാകുന്നില്ല. കോടതിയലക്ഷ്യം എന്ന ആശങ്കയില്ലാതെ അവിടെ തുറന്ന കോടതിയിൽ കാര്യങ്ങൾ നടക്കുന്നു. നീതിപൂർവ്വകമായ വിചാരണയെന്നത് പരമപ്രധാമായ കാര്യമാകയാൽ അതിനു തടസ്സമാകുന്ന മാധ്യമ ഇടപെടൽ ഉണ്ടാകുന്നുവെങ്കിൽ വിചാരണ മറ്റൊരിടത്തേക്ക് മാറ്റുകയെന്നതാണ് അവിടെ സ്വീകരിക്കുന്ന മാർഗ്ഗം. രാജൻ കേസിലെ വിചാരണ എറണാകുളത്തുനിന്ന് കോയമ്പത്തൂരിലേക്ക് സുപ്രീം കോടതി മാറ്റിയത് അങ്ങനെയൊരു സാഹചര്യത്തിലായിരുന്നു. ഇതിനർത്ഥം മാധ്യമങ്ങളെ സർവ്വതന്ത്രസ്വതന്ത്രമായി വിടണമെന്നല്ല. ഇടപെടലിനു പകരം സ്വയം ഏർപ്പെടുത്തുന്ന നിയന്ത്രണം മാധ്യമപ്രവർത്തനത്തിൽ ഉണ്ടാകുന്നതാണ് അഭികാമ്യം.

അമേരിക്കൻ കോടതികളുടെ മഹാമനസ്കത ബ്രിട്ടീഷ് കോടതികൾക്കില്ലാതിരുന്നതുകൊണ്ടാണ് താലിഡൊമൈഡ് കേസുണ്ടായത്.

താലിഡൊമൈഡ് എന്നത് പത്രനിയമത്തിന്റെ ചരിത്രത്തിലും കോടതിയലക്ഷ്യനിയമത്തിന്റെ ചരിത്രത്തിലും പ്രസിദ്ധമായ പേരാണ്. ഗർഭാവസ്ഥയിലെ അസ്വാസ്ഥ്യങ്ങൾക്ക് പ്രതിവിധിയായി ഒരു ജർമ്മൻ ഔഷധനിർമ്മാണക്കമ്പനി 1950 കളിൽ ഇറക്കിയ മരുന്നാണ് താലിഡൊമൈഡ്. പാർശ്വഫലങ്ങളില്ലെന്ന് നിർമ്മാതാക്കൾ അവകാശപ്പെട്ട മരുന്ന് പല രാജ്യങ്ങളിൽ പല പേരുകളിൽ വില്ക്കപ്പെട്ടു. പക്ഷേ, സിദ്ധൗഷധം വലിയ ദുരന്തത്തിനു കാരണമായി. ഛർദ്ദി ശമിപ്പിക്കാൻ ഗർഭാവസ്ഥയുടെ നാലാമത്തെയും ആറാമത്തെയും ആഴ്ചകൾക്കിടയിൽ മരുന്നു കഴിച്ച സ്ത്രീകൾക്ക് ഗുരുതരമായ പ്രശ്നങ്ങളുണ്ടായി. ഒരു ലക്ഷം കുഞ്ഞുങ്ങൾ ഗർഭാവസ്ഥയിൽ മരിച്ചു. 1959 നും 1962 നും ഇടയിൽ പതിനായിരം കുഞ്ഞുങ്ങൾ ഗുരുതരമായ വൈകല്യങ്ങളോടെ ജനിച്ചു. ചില കുഞ്ഞുങ്ങൾക്ക് കാലില്ല, ചില കുഞ്ഞുങ്ങൾക്ക് കൈയില്ല, ചില കുഞ്ഞുങ്ങൾക്ക് രണ്ടു

മില്ല. 1961 ൽ താലിഡൊമൈഡ് വിപണിയിൽനിന്ന് പിൻവലിക്കപ്പെട്ടു. നഷ്ടപരിഹാരത്തിനുവേണ്ടി പലരും കോടതിയെ സമീപിച്ചു. പതിവു പോലെ കേസുകൾ കോടതികളിൽ കെട്ടിക്കിടന്നു. 1967 ലാണ് ആദ്യത്തെ കേസ് വിചാരണയ്ക്കെടുത്തത്. നിയമത്തിന്റെ അനിശ്ചിതമായ നൂലാമാലകളെ ഭയന്ന് പല രക്ഷിതാക്കളും കമ്പനി നല്കിയ പണം സ്വീകരിച്ച് കേസുകൾ പിൻവലിക്കാൻ തുടങ്ങി. നഷ്ടപരിഹാരം നിശ്ചയിക്കുന്നതിനുള്ള മാനദണ്ഡത്തെക്കുറിച്ച് തർക്കമുണ്ടായപ്പോൾ രണ്ട് കേസുകൾ പരീക്ഷണാർത്ഥം ഹൈക്കോടതിയിലെത്തിച്ചു. ഓരോരുത്തർക്കുമുള്ള നഷ്ടപരിഹാരം പത്ത് ലക്ഷം പൗണ്ടായി നിശ്ചയിക്കാൻ ഈ ഘട്ടത്തിൽ ഔഷധനിർമ്മാതാക്കളായ ഡിസ്റ്റിലേഴ്സ് തയ്യാറായി. ഹൈക്കോടതിയിൽ നിന്ന് ഗുണകരമായ വിധി ലഭിക്കാതിരുന്നതിനെത്തുടർന്ന് വിഷയം കോർട്ട് ഓഫ് അപ്പീലിലെത്തി.

അപ്പോഴേക്കും 1972 ആയി. ആദ്യത്തെ കേസിന്റെ പത്താം വർഷം. സബ് ജുഡീസ് എന്ന കോടതിയലക്ഷ്യം ഭയന്ന് പത്രങ്ങൾ താലിഡൊമൈഡ് വിഷയം കൈകാര്യം ചെയ്തതേയില്ല. കമ്പനി കേസുകൾ നീട്ടിക്കൊണ്ടുപോയതിന്റെ ഉദ്ദേശ്യവും ഇതുതന്നെയായിരുന്നു. *സൺഡേ ടൈംസ്* ഈ വിഷയത്തിലുള്ള നിശ്ശബ്ദത ഭേദിക്കാൻ തീരുമാനിച്ചു. 1972 സെപ്തംബർ 24 ന് ആർജ്ജവമുള്ള എഡിറ്റോറിയലിന്റെ അകമ്പടിയോടെ *സൺഡേ ടൈംസ്* ആദ്യത്തെ താലിഡൊമൈഡ് ലേഖനം പ്രസിദ്ധപ്പെടുത്തി. മനുഷ്യദുരന്തങ്ങളെ ദീർഘമായ വ്യവഹാരക്കുരുക്കുകളിൽ തളയ്ക്കുന്ന നിയമവ്യവസ്ഥയെ എഡിറ്റോറിയൽ നിശിതമായി വിമർശിച്ചു. ദുരന്തത്തിന്റെ മൂലകാരണങ്ങളെക്കുറിച്ചുള്ള അന്വേഷണറിപ്പോർട്ട് പിന്നാലെ വരുന്നുവെന്ന അറിയിപ്പ് കൂടിയായപ്പോൾ ഡിസ്റ്റിലേഴ്സ് അസ്വസ്ഥമായി. *സൺഡേ ടൈംസി*ന്റെ ധീരമായ നിലപാടിന്റെ ചുവടുപിടിച്ച് മറ്റ് പത്രങ്ങളിലും റേഡിയോയിലും ടെലിവിഷനിലും താലിഡൊമൈഡ് വാർത്തകൾ അല്പാല്പമായി വന്നുതുടങ്ങി. കാര്യങ്ങൾ കൈവിടുമെന്ന അവസ്ഥയായപ്പോൾ ഡിസ്റ്റിലേഴ്സ് നഷ്ടപരിഹാരത്തുക രണ്ടു കോടി പൗണ്ടായി ഉയർത്തി. ആദ്യം ഓഫർ ചെയ്ത തുകയുടെ ഏഴു മടങ്ങായിരുന്നു അത്. ഹൈക്കോടതി അത് അംഗീകരിച്ചു. ഹർജിക്കാർ നല്ല മനസ്സോടെ അത് സ്വീകരിച്ചു. തീരുമാനത്തെ *സൺഡേ ടൈംസ്* സ്വാഗതം ചെയ്തു.

ഒത്തുതീർപ്പ് അത്രവേഗം പ്രാബല്യത്തിലായില്ല. പല തരത്തിലുള്ള തർക്കങ്ങളിലും സന്ദേഹങ്ങളിലുംപെട്ട് അത് നീണ്ടുപോയി. ഭോപ്പാലിലെ വിഷവാതകദുരന്തവും കാസർകോട്ടെ എൻഡോസൾഫാൻ ദുരന്തവും ഓർക്കുക. ചില വിഷയങ്ങൾ അങ്ങനെയാണ്. ഒരിക്കലും അവസാനിക്കില്ല. ഈ പശ്ചാത്തലത്തിൽ നേരത്തെ തയ്യാറാക്കിയ അന്വേഷണ റിപ്പോർട്ട് പ്രസിദ്ധപ്പെടുത്താൻ *സൺഡേ ടൈംസ്* തുനിഞ്ഞപ്പോൾ അത്

വിലക്കിക്കൊണ്ട് ഔഷധക്കമ്പനി കോടതിയിൽനിന്ന് ഉത്തരവ് സമ്പാദിച്ചു. കോടതിയുടെ പരിശോധനയിലിരിക്കുന്ന വിഷയം സബ് ജുഡീസാണെന്നായിരുന്നു കമ്പനിയുടെ വാദം. *ടൈംസി*ന്റെ പ്രസിദ്ധനായ എഡിറ്റർ ഹാരൾഡ് എവൻസ് ആ വാദം അംഗീകരിക്കാൻ തയ്യാറായില്ല. കേസ് കോടതിയിലാണ് എന്ന കാരണത്താൽ പൊതുതാല്പര്യമുള്ള വിഷയം കൈകാര്യം ചെയ്യാതിരിക്കാനാവില്ലെന്ന നിലപാടായിരുന്നു എവൻസിന്റേത്. ഡിവിഷണൽ കോർട്ടും അപ്പീൽ കോർട്ടും കഴിഞ്ഞ് വിഷയം പരമോന്നത കോടതിയായ ഹൗസ് ഓഫ് ലോർഡ്സിലെത്തി. കേസുകൾ അന്തിമമായി തീർപ്പാകുന്നതുവരെ പ്രസിദ്ധീകരണം നിർത്തിവയ്ക്കുകയോ നീട്ടിവയ്ക്കുകയോ ചെയ്യണമെന്ന് ഹൗസ് ഓഫ് ലോർഡ്സ് വിധിച്ചു. ബാഹ്യമായ ഇടപെടലില്ലാതെ കേസിൽ തീർപ്പുണ്ടാക്കുകയെന്ന ഡിസ്റ്റിലേഴ്സിന്റെ അവകാശവും പൊതുതാല്പര്യമുള്ള വിഷയങ്ങൾ തടസ്സമില്ലാതെ കൈര്യം ചെയ്യുന്നതിനുള്ള പത്രത്തിന്റെ സ്വാതന്ത്ര്യവും തമ്മിലുള്ള ഏറ്റുമുട്ടലായി വിഷയം മാറി. കേസുമായി *സൺഡേ ടൈംസ്* യൂറോപ്യൻ മനുഷ്യാവകാശകോടതിയെ സമീപിച്ചു. പത്രത്തിന്റെ വാദം അംഗീകരിച്ചുകൊണ്ട് 1977 ൽ വിധിയുണ്ടായി. താലിഡൊമൈഡ് അന്വേഷണ റിപ്പോർട്ട് പ്രസിദ്ധപ്പെടുത്താൻ അഞ്ചു വർഷത്തിനുശേഷം പത്രത്തിന് അനുവാദം ലഭിച്ചു. സബ് ജുഡീസ് എന്ന സാങ്കേതികത്വം മുൻനിർത്തി ബ്രിട്ടീഷ് കോടതികൾ ഏർപ്പെടുത്തിയ വിലക്ക് ഗുരുതരമായ മനുഷ്യാവകാശലംഘനമാണെന്ന് 1979 ൽ സ്ട്രാസ്ബർഗിലെ യൂറോപ്യൻ കോടതി വിധിച്ചു. അതിന്റെ അടിസ്ഥാനത്തിൽ ബ്രിട്ടനിലെ കോടതിയലക്ഷ്യനിയമം നവീകരിക്കേണ്ടി വന്നു. അതിന് അമ്പതു വർഷം മുമ്പ് യങ് ഇന്ത്യാ കേസിൽ മഹാത്മ ഗാന്ധി ഉന്നയിച്ചതും ഇന്ത്യയിലെ ബ്രിട്ടീഷ് ജഡ്ജി സ്വീകരിക്കാതിരുന്നതുമായ വാദമാണ് *സൺഡേ ടൈംസ്* കേസിൽ യൂറോപ്യൻ കോടതി സ്വീകരിച്ചത്. പൊതുതാല്പര്യമുള്ള വിഷയത്തിൽ സബ് ജുഡീസ് എന്ന പ്രതിബന്ധം വകവയ്ക്കാതെ പത്രങ്ങൾക്ക് അഭിപ്രായം പറയാൻ സ്വാതന്ത്ര്യമുണ്ടെന്നായിരുന്നു ഗാന്ധിജിയുടെ വാദം. താലിഡൊമൈഡ് കഴിച്ച അമ്മമാർക്ക് വൈകല്യത്തോടെ ജനിച്ച കുഞ്ഞുങ്ങൾ മുതിർന്നവരായി. അവരുടെ വിപദിധൈര്യവും നിശ്ചയദാർഢ്യവും മാധ്യമങ്ങളിൽ പ്രകീർത്തിക്കപ്പെട്ടു. ബ്രിട്ടനിൽ അവർക്ക് 18,000 പൗണ്ട് വീതം പ്രതിവർഷം നഷ്ടപരിഹാരം ലഭിക്കുന്നുണ്ട്. ജർമ്മനിയിലും അയർലണ്ടിലും നഷ്ടപരിഹാരത്തുക വളരെ കുറവാണ്. നഷ്ടപരിഹാരം വർദ്ധിപ്പിക്കുന്നതിനുവേണ്ടി ലണ്ടനിൽ പ്രചാരവേല നടക്കുന്നു. അതുകൊണ്ടാണ് താലിഡൊമൈഡിനെക്കുറിച്ച് ഓർമ്മിക്കേണ്ടി വരുന്നത്.

,കോടതിയും നിയമനിർമ്മാണസഭകളും സവിശേഷമായ അധികാരപ്രയോഗത്തിലൂടെ മാധ്യമസ്വാതന്ത്ര്യം പരിമിതപ്പെടുത്താൻ ശ്രമിക്കുമ്പോൾ പൊ

തുതാല്പര്യം മുൻനിർത്തി ധീരമായ നിലപാട് സ്വീകരിക്കുന്ന മാധ്യമപ്രവർത്തകരെ അനുസ്മരിക്കണം. താലിഡൊമൈഡ് കേസിൽ ഹാരൾഡ് എവൻസ് സ്വീകരിച്ച നിലപാട് അപ്രകാരം അനുസ്മരിക്കപ്പെടേണ്ടതാണ്. യൂറോപ്യൻ കോടതിയുടെ വിധിക്കുശേഷം അദ്ദേഹത്തെ സ്വർണ്ണമെഡൽ നല്കി ബ്രിട്ടനിൽ ആദരിച്ചു. ആദരണീയമായ *സൺഡേ ടൈംസ്* റൂപർട്ട് മർഡോക്കിന് സ്വന്തമായപ്പോൾ സമാദരണീയനായ എഡിറ്റർ ഹാരൾഡ് എവൻസിന് പത്രത്തോട് വിടപറയേണ്ടിവന്നു. പിന്നീട് അദ്ദേഹം താമസവും പ്രവർത്തനവും അമേരിക്കയിലേക്ക് മാറ്റി. പത്രപ്രവർത്തനത്തിലെ സമഗ്രസംഭാവനകൾക്ക് 2004 ൽ ബ്രിട്ടൻ പ്രഭുപദവി നല്കി ആദരിച്ച എവൻസ് 2020 സെപ്തംബർ 24 ന് തൊണ്ണൂറ്റിരണ്ടാമത്തെ വയസ്സിൽ ന്യൂയോർക്കിൽ അന്തരിച്ചു.

വിമർശനത്തിനു മറുപടി

നീതിനിർവ്വഹണത്തെ സംബന്ധിക്കുന്ന കോടതിയലക്ഷ്യമല്ല ഇന്ത്യയിൽ പൊതുവെ ചർച്ചയാകുന്നത്. ജഡ്ജിമാർക്കോ കോടതിക്കോ ആക്ഷേപകരമാകുന്ന കാര്യങ്ങൾ പറയുന്നുവെന്നതാണ് മാധ്യമങ്ങൾക്കും പൊതുപ്രവർത്തകർക്കുമെതിരെയുള്ള ആക്ഷേപം. കോടതിയുടെ അന്തസ്സ് താഴ്ത്തുന്ന വാക്കുകൾക്ക് ശിക്ഷയുണ്ട്. ജഡ്ജിമാർക്ക് അപകീർത്തികരമായ പരാമർശങ്ങളും കോടതിക്കെതിരെ ന്യായമായി നടത്താവുന്ന പരാമർശങ്ങളും തമ്മിലുള്ള വേർതിരിവ് അത്ര വ്യക്തമല്ല. വിമർശകരെ നിശ്ശബ്ദരാക്കുന്നതിനും വിമർശനത്തിന് മറുപടി നല്കുന്നതിനുംവേണ്ടി ഭരണഘടനാപരമായ അധികാരം ദുർവ്വിനിയോഗം ചെയ്യുന്നുവെന്ന ആക്ഷേപം ജഡ്ജിമാർക്കെതിരെയുണ്ട്. രഞ്ജൻ ഗൊഗോയ് ഉൾപ്പെടെയുള്ള നാലു മുതിർന്ന ജഡ്ജിമാർ പരസ്യമായി ഉയർത്തിയ വിമർശനത്തിന് മറുപടി നല്കാൻ പ്രശാന്ത് ഭൂഷണെതിരെയുള്ള കേസ് അരുൺ മിശ്ര ഉപയോഗിച്ചു. അടങ്ങാത്ത കലിപ്പ് ന്യായപീഠത്തിന്റെ അന്തസ്സും യശസ്സും കുറയ്ക്കും.

നടപടിക്രമത്തെ അടിസ്ഥാനമാക്കിയല്ലാതെ കോടതിയലക്ഷ്യനിയമത്തിന്റെ സാധുതയും ആശാസ്യതയും പരിശോധിക്കാനാവില്ല. കോടതിയിലെത്തുന്ന കേസുകളാണ് കോടതി വിചാരണ ചെയ്യുന്നത്. എന്നാൽ കോടതിയലക്ഷ്യക്കേസ് കോടതിയിൽ സൃഷ്ടിക്കപ്പെടുന്നതോ ജഡ്ജിമാർ കണ്ടെത്തുന്നതോ ആണ്. സാധാരണ കേസുകളിൽ അനുവർത്തിക്കുന്ന നടപടിക്രമം ഉപേക്ഷിച്ചുകൊണ്ട് കോടതിയലക്ഷ്യത്തിന് ഏകപക്ഷീയമായ നടപടിക്രമമുണ്ടായി. വിചാരണയുടെ പരിധിയും പരിഗണിക്കപ്പെടുന്ന വിഷയങ്ങളും ചുരുങ്ങി. വിചാരണ ദ്രുതവും ശിക്ഷ സത്വരവുമായി. സ്വാഭാവികനീതി പിന്തള്ളപ്പെടുകയും നടപടി ഏകപക്ഷീയമാവുകയും ചെയ്തു.

നമ്മുടെ ജനാധിപത്യത്തിന്റെയും ഭരണഘടനാപരമായ സംസ്കൃതിയുടെയും മൂലശിലയാണ് അനുച്ഛേദം 19(1)(എ). സംസാരിക്കുന്നതിനും ആശയങ്ങളും അഭിപ്രായങ്ങളും പ്രകടിപ്പിക്കുന്നതിനുമുള്ള സ്വാതന്ത്ര്യമാണ് മൗലികാവകാശമെന്ന നിലയിൽ ഇവിടെ പ്രഖ്യാപിക്കപ്പെടുന്നത്. ആവിഷ്കാരസ്വാതന്ത്ര്യമെന്നും ഇതറിയപ്പെടുന്നു. ഇതില്ലെങ്കിൽ ഒന്നുമില്ല. എല്ലാം തികയുമ്പോൾ ആലോചിക്കേണ്ടതായ ആഡംബരമല്ല ഇത്. അറിയുന്നതിനും അറിയിക്കുന്നതിനും വേണ്ടിയുള്ള സംസാരമാണ് നടക്കുന്നത്. ആ പ്രക്രിയയിൽ അല്പം അപവാദവും അസത്യവും ആക്ഷേപവും അതിശയോക്തിയും ഉണ്ടാകുന്നത് സ്വാഭാവികമാണ്. കോടതികൾ ഇക്കാര്യത്തിൽ വൈകാരികമായ അതിതീവ്രതയോടെ പ്രതികരിക്കുമ്പോൾ അത് സംസാരസ്വാതന്ത്ര്യത്തിന്റെ നിരാസമാകുന്നു. അനുച്ഛേദം 19(1)(എ) ന്യായമായ നിയന്ത്രണത്തിന് വിധേയമാണെന്നും കോടതിയലക്ഷ്യം അതിനുള്ള കാരണങ്ങളിൽ ഒന്നാണെന്നും നേരത്തെ പറഞ്ഞു. ഈ അടിസ്ഥാനത്തിലാണ് കോടതിയലക്ഷ്യനിയമത്തിന്റെ സാധുത കോടതി ശരിവച്ചിട്ടുള്ളത്. അനുച്ഛേദം 19(1)(എ)യുടെ ഉദാരവും കരുണാപൂർവ്വവുമായ വ്യാഖ്യാനത്തിലൂടെ ഉരുത്തിരിഞ്ഞ നവനീതം മാത്രമാണ് മാധ്യമസ്വാതന്ത്ര്യം എന്നിരിക്കെ പത്രങ്ങൾക്കും ഇതരമാധ്യമങ്ങൾക്കും കോടതിയലക്ഷ്യനിയമത്തിൽനിന്ന് ഒഴിവുകളോ ഇളവുകളോ അനുവദിച്ചിട്ടില്ല. ഇതരതാല്പര്യങ്ങളെയെല്ലാം മാറ്റിനിർത്തിക്കൊണ്ട് പരമപ്രധാനമായി കരുതേണ്ടതാണോ നീതിനിർവ്വഹണത്തിന്റെ താല്പര്യങ്ങൾ എന്ന ചോദ്യം ഉയരുന്നുണ്ട്.

പൊതുതാല്പര്യാർത്ഥമുള്ള അന്വേഷണം മാധ്യമങ്ങളുടെ മൗലികമായ കടമയാണെങ്കിലും ഇക്കാര്യത്തിൽ മാധ്യമങ്ങളുടെ പ്രവർത്തനം അത്ര ആശാസ്യമോ അഭിലഷണീയമോ അല്ല. കോടതിയലക്ഷ്യനിയമത്തെക്കുറിച്ചുള്ള ഉൾഭയം നിമിത്തം കോടതികളെക്കുറിച്ച് ഒരു അന്വേഷണവും മാധ്യമങ്ങൾ പൊതുവെ നടത്താറില്ല. ജുഡീഷ്യറിയുടെ പ്രവർത്തനത്തെ പൊതുപരിശോധനയ്ക്ക് വിധേയമാക്കുന്ന പ്രവർത്തനത്തിനിടയിലല്ല മാധ്യമങ്ങൾ അപൂർവ്വമായി കോടതിയലക്ഷ്യനിയമത്തിന്റെ പിടിയിലായിട്ടുള്ളത്. പ്രചാരത്തിനുവേണ്ടി വാർത്തയെ സെൻസേഷൻ ആക്കുമ്പോഴാണ് അപകടം ഉണ്ടാകുന്നത്. ഇന്ത്യയിലെ മാത്രമല്ല ഇതരരാജ്യങ്ങളിലെയും അവസ്ഥ ഇതുതന്നെയാണ്. വ്യത്യസ്തമായ താല്പര്യങ്ങളെ പൊരുത്തപ്പെടുത്തുമ്പോൾ ചില താല്പര്യങ്ങൾ നിയന്ത്രിക്കുകയോ പരിമിതപ്പെടുത്തുകയോ ചെയ്യേണ്ടിവരും. പൊതുതാല്പര്യത്തെ മുൻനിർത്തി മാധ്യമങ്ങൾ ഏറ്റെടുക്കുന്ന ചില കർത്തവ്യങ്ങളുണ്ട്. അറിയുന്നതിനുള്ള ജനങ്ങളുടെ അവകാശം എന്ന് ഈ പൊതുതാല്പര്യത്തെ പൊതുവെ വിവക്ഷിക്കുന്നു. വാർത്തയെന്നത് മാധ്യമപ്രവർത്തകർക്ക് മന്നാപോലെ മാനത്തുനിന്ന് വർഷിക്കുന്നതല്ല. അദ്ധ്വാനിച്ച് തേടിപ്പിടിക്കു

ന്നതാണ് വാർത്ത. ഇവിടെയാണ് ഇൻവെസ്റ്റിഗേറ്റീവ് റിപ്പോർട്ടിങ്ങിന്റെ പ്രാധാന്യത്തെ നാം കാണേണ്ടത്. എന്നാൽ സംസാരസ്വാതന്ത്ര്യത്തെയും മാധ്യമസ്വാതന്ത്ര്യത്തെയും നിയന്ത്രിക്കുന്ന നിയമങ്ങൾ നിരവധിയാണ്. അവയിലൊന്നുമാത്രമാണ് കോടതിയലക്ഷ്യം.

കോടതിയലക്ഷ്യത്തെ സംബന്ധിക്കുന്ന നിയമം നിർമ്മിക്കുന്നതിന് പാർലമെന്റിനു അധികാരമുണ്ട്. എന്നാൽ റെക്കോഡ് കോടതിയെന്ന നിലയിൽ കോടതിയലക്ഷ്യത്തിന് ശിക്ഷിക്കുന്നതിനുള്ള അധികാരം സുപ്രീം കോടതിക്കും ഹൈക്കോടതികൾക്കും ഭരണഘടന നല്കിയിട്ടുള്ളതിനാൽ ആ അധികാരം പാർലമെന്റിന് ഇല്ലാതാക്കാനാവില്ല. എന്നാൽ ഏഴാം പട്ടികയിലെ യൂണിയൻ ലിസ്റ്റിൽ ഇനം 77 അനുസരിച്ച് പാർലമെന്റിനും സമവർത്തി ലിസ്റ്റിലെ ഇനം 14 അനുസരിച്ച് സുപ്രീം കോടതിയെ സംബന്ധിക്കുന്നതൊഴികെയുള്ള കോടതിയലക്ഷ്യത്തിൽ നിയമസഭകൾക്കും നിയമനിർമ്മാണാധികാരം ഉണ്ട്. സഭയുടെ അവകാശലംഘനത്തിന് ശിക്ഷിക്കുന്നതിനുള്ള അധികാരം നിയമനിർമ്മാണസഭകൾക്കുണ്ട്. സഭയുടെ അവകാശങ്ങൾ ക്രോഡീകരിച്ച് ശിക്ഷാധികാരപ്രയോഗത്തിൽ കൃത്യതയും വ്യക്തതയും വരുത്തണമെന്ന ആവശ്യം കുറേക്കാലമായി നിലവിലുണ്ട്. പക്ഷേ, അങ്ങനെയൊരു നിയമനിർമ്മാണമുണ്ടായാൽ അതനുസരിച്ചുള്ള നടപടികൾ കോടതിയുടെ പരിശോധനയ്ക്ക് വിഷയമാകും. അനിയന്ത്രിതമായി പ്രയോഗിക്കാവുന്ന അധികാരം നിയന്ത്രിതമാക്കുന്നതിനുള്ള നിയമനിർമ്മാണത്തിൽ പാർലമെന്റിനു താല്പര്യമില്ലാത്തതുപോലെ കോടതിക്കു ലഭിച്ചിരിക്കുന്ന അധികാരം പരിമിതമാക്കാൻ കോടതിക്കും താല്പര്യമുണ്ടാവില്ല. അധികാരത്തിന്റെ സ്വാഭാവികമായ സവിശേഷതയാണത്. ലഭ്യമായ അധികാരത്തെ പരമമാക്കാനല്ലാതെ പരിമിതമാക്കാൻ ആരും തയ്യാറാവില്ല.

1926 ൽ കോടതിയലക്ഷ്യനിയമം നടാടെ ഉണ്ടാകുന്നതുവരെ കോടതിയലക്ഷ്യനിയമം ക്രോഡീകരിക്കപ്പെട്ടിരുന്നില്ല. ഭരണഘടന നിലവിൽ വന്നതിനുശേഷം 1952 ൽ പുതിയ നിയമമുണ്ടായി. സുപ്രീം കോടതി നടത്തിയ നിരീക്ഷണങ്ങളുടെ അടിസ്ഥാനത്തിൽ നിയമത്തിൽ ചില മാറ്റങ്ങൾ അനിവാര്യമായി. 1963 ൽ സന്യാൽ കമ്മിറ്റി റിപ്പോർട്ടും 1968 ൽ ഭാർഗ്ഗവ കമ്മിറ്റി റിപ്പോർട്ടും പാർലമെന്റിന്റെ പരിഗണനയിലെത്തി. ഇവയുടെ അടിസ്ഥാനത്തിൽ പ്രസ് കൗൺസിൽ വിലപ്പെട്ട നിർദ്ദേശങ്ങൾ നല്കി. ഇവയെല്ലാം ചേർത്ത് 1968 ൽ കോടതിയലക്ഷ്യ ബിൽ പാർലമെന്റിൽ അവതരിപ്പിക്കപ്പെട്ടു. അഭിപ്രായം പ്രകടിപ്പിക്കുന്നതിൽ വ്യക്തികൾക്കും സുഗമമായ നീതിനിർവ്വഹണത്തിൽ സമൂഹത്തിനും ഉള്ള താല്പര്യങ്ങൾ ഭരണഘടനാപരമായി സമന്വയിപ്പിക്കുന്നതിനുള്ള ശ്രമമായിരുന്നു അത്. 1971 ലെ കോടതിയലക്ഷ്യനിയമം ഇങ്ങനെയാണുണ്ടായത്.

1926 ലെ നിയമത്തിലോ 1952 ലെ നിയമത്തിലോ കോടതിയലക്ഷ്യ

ത്തിന് കൃത്യമായ നിർവ്വചനം നല്കിയിരുന്നില്ല. ഇംഗ്ലീഷ് കോടതികളുടെയും ഇന്ത്യൻ കോടതികളുടെയും നിരവധിയായ വിധികളിലൂടെ അതെന്താണെന്ന കാര്യത്തിൽ ആർക്കും സംശയമുണ്ടായിരുന്നില്ല. ഈ ധാരണകളുടെ അടിസ്ഥാനത്തിൽ 1971 ലെ നിയമത്തിൽ കോടതിയലക്ഷ്യം വിശദമായി നിർവ്വചിക്കപ്പെട്ടു. എന്നാൽ ഈ നിർവ്വചനത്തിൽ പ്രസ് കൗൺസിലിന് പൂർണ്ണമായ തൃപ്തിയുണ്ടായില്ല. കോടതിയെ അപവദിക്കുകയെന്ന കുറ്റമാണ് സാധാരണയായി മാധ്യമങ്ങൾക്കെതിരെ ഉണ്ടാകുന്നത്. ക്രിമിനൽ നിയമത്തിൽ മെൻസ് റിയ പ്രധാനപ്പെട്ട ഘടകമാണ്. കുറ്റം ചെയ്യുന്നതിനുള്ള ബോധപൂർവ്വമായ മാനസികാവസ്ഥയാണ് മെൻസ് റിയ. എന്നാൽ ഉദ്ദേശ്യത്തിലെ ശുദ്ധിയും അശുദ്ധിയും കോടതിയലക്ഷ്യക്കേസുകളിൽ പരിഗണിക്കപ്പെടാറില്ല. 2006 ൽ വരുത്തിയ ഭേദഗതിയനുസരിച്ച് ആരോപണം സത്യമാണെന്ന് തെളിയിക്കാൻ കഴിഞ്ഞാൽ കോടതിയലക്ഷ്യത്തിന് ശിക്ഷിക്കാനാവില്ല. പക്ഷേ, ദ്രുതവിചാരണയിൽ അതിനുള്ള അവസരം പ്രതിക്ക് കിട്ടാറില്ല.

അഭിഭാഷകരെയും മാധ്യമപ്രവർത്തകരെയും മാത്രം ബാധിക്കുന്ന വിഷയമായി കോടതിയലക്ഷ്യത്തെ കാണരുത്. നീതിനിർവ്വഹണത്തിൽ ഓരോ പൗരനും തല്പരനായിരിക്കേണ്ടതിനാൽ അഭിപ്രായപ്രകടനം അയാളുടെ കർത്തവ്യമാകുന്നു. സ്വതന്ത്രമായ അഭിപ്രായപ്രകടനം കോടതിയലക്ഷ്യമായി കണക്കാക്കപ്പെടുന്നതിനുള്ള സാദ്ധ്യത വളരെ കൂടുതലായതിനാൽ കോടതിയലക്ഷ്യം എല്ലാവരെയും ബാധിക്കുന്ന വിഷയമാകുന്നു.

ജഡ്ജിമാർക്ക് രക്ഷാകവചം

നിയമത്തിന്റെ നിർമ്മാതാവും വ്യാഖ്യാതാവും നിർവ്വാഹകനും രാജാവ് തന്നെയായിരുന്ന കാലത്ത് തുടങ്ങിയതാണ് കോടതിയലക്ഷ്യം എന്ന ആശയം. വിമർശനം രാജനിന്ദയായി; രാജനിന്ദ രാജ്യദ്രോഹമായി. കോടതികൾ വേറിട്ടു പ്രവർത്തിക്കാൻ തുടങ്ങിയപ്പോൾ വിമതരെയും വിമർശകരെയും മാത്രമല്ല പരിഹാസകരെയും നേരിടുന്നതിന് കോടതിയലക്ഷ്യം എന്ന കുറ്റവും അതിനുള്ള ശിക്ഷയുമുണ്ടായി. നിയമത്തിന്റെ ചരിത്രപരമായ വികാസത്തിൽനിന്നും അനുഭവങ്ങളിൽനിന്നും നമുക്ക് പലതും പഠിക്കാനുണ്ട്.

പത്രങ്ങളുടെ ആവിർഭാവത്തോടെയാണ് ഇംഗ്ലണ്ടിൽ കോടതിയലക്ഷ്യനിയമം പ്രയോഗക്ഷമമായത്. പത്രങ്ങളുടെ ആക്രമണത്തെ നേരിടുന്നതിന് അതാവശ്യമായിരുന്നു. ഇന്ത്യയിൽ ആദ്യത്തെ പത്രത്തെ ഇല്ലാതാക്കുന്നതിന് ഗവർണർ വാറൻ ഹേസ്റ്റിങ്സിനൊപ്പം ചീഫ് ജസ്റ്റിസ് എലീജ ഇംപിയും സജീവമായുണ്ടായിരുന്നു. ചീഫ് ജസ്റ്റിസിനെ നിർല്ലോപം വിമർശിക്കുകയും അദ്ദേഹത്തിനെതിരെ അഴിമതി ആരോപണം ഉന്നയിക്കുകയും ചെയ്ത ജെയിംസ് അഗസ്റ്റസ് ഹിക്കിയെ പിടികൂടി ജയിലിൽ അടയ്ക്കുന്നതിന് കോടതിക്ക് പ്രയാസമൊന്നും ഉണ്ടായില്ല. പക്ഷേ, ഹിക്കിക്കെതിരെ കോടതിയലക്ഷ്യത്തിന് നടപടി സ്വീകരിച്ചതായി രേഖയില്ല. ഹിക്കിയുടെ *ബംഗാൾ ഗസറ്റ്* പ്രസിദ്ധീകരിച്ച 28 മാസക്കാലയളവിൽ 18 മാസവും ഹിക്കി ജയിലിലായിരുന്നു. പ്രസ് കണ്ടുകെട്ടുന്നതിനും പത്രം നിരോധിക്കുന്നതിനും പത്രാധിപരെ ലണ്ടനിലേക്ക് കപ്പൽ കയറ്റുന്നതിനും ആവശ്യമായ അധികാരം ഗവർണറിൽ നിക്ഷിപ്തമായിരിക്കുമ്പോൾ കോടതിയലക്ഷ്യനിയമം പ്രയോഗിക്കേണ്ടതായ ആവശ്യമുണ്ടായിരുന്നില്ല. അങ്ങനെയൊരു നിയമവും അന്നുണ്ടായിരുന്നില്ല.

1765 ൽ ആൽമൺ കേസിൽ ചീഫ് ജസ്റ്റിസ് വിൽമോട്ട് നല്കിയ വിധിയോടെയാണ്, കോടതിയലക്ഷ്യത്തിന്റെ ആധുനികകാലത്തേക്കുള്ള വികാസം ഇംഗ്ലണ്ടിൽ ആരംഭിക്കുന്നത്. പിൻവലിക്കപ്പെട്ട ഒരു കേസിൽ പ്രസ്താവിക്കാൻ കഴിയാതെപോയ വിധി 1802 ൽ വിൽമോട്ടിന്റെ പുത്രനാണ് ഒരു ഗ്രന്ഥത്തിൽ ഉൾപ്പെടുത്തി പ്രസിദ്ധപ്പെടുത്തിയത്. വിഷയത്തിൽ ആധികാരികതയുള്ള അഭിപ്രായമായി 1821 ആയപ്പോൾ വിൽമോട്ടിന്റെ അഭിപ്രായത്തിന് സ്വീകാര്യതയുണ്ടായി. കോടതിയലക്ഷ്യത്തെക്കുറിച്ച് പഠിച്ച് 1974 ൽ റിപ്പോർട്ട് സമർപ്പിച്ച ഫിലിമൂർ കമ്മിറ്റിയും ആധികാരികമായ അഭിപ്രായമായി വിൽമോട്ടിന്റെ പ്രസ്താവിക്കപ്പെടാതെപോയ വിധിയെ സ്വീകരിച്ചിട്ടുണ്ട്. നവീകരണത്തിന്റെ തുടക്കമായിരുന്നു ആൽമൺ കേസ്. വിൽക്സ് വിവാദവുമായി ബന്ധപ്പെട്ട ആ കേസിൽ വിശാലമായ രാഷ്ട്രീയമാനങ്ങളുണ്ടായിരുന്നു. സർജന്റ് ഡണ്ണിങ് എന്ന അഭിഭാഷകനാകട്ടെ രാഷ്ട്രീയാവസ്ഥയെ നന്നായി പ്രയോജനപ്പെടുത്തുന്ന വാദങ്ങളാണ് നിരത്തിയത്.

ആൽമൺ കേസ് ജോൺ വിൽക്സുമായി ബന്ധപ്പെട്ടിരിക്കുന്നു. ബ്രിട്ടീഷ് പാർലമെന്റിന്റെ നടപടികൾ രഹസ്യത്തിലായിരുന്ന കാലത്ത് പാർലമെന്റിൽ റിപ്പോർട്ടർമാർക്ക് പ്രവേശനം അനുവദിക്കണമെന്ന് ആവശ്യപ്പെട്ട ആളായിരുന്നു പാർലമെന്റംഗംകൂടിയായിരുന്ന ജോൺ വിൽക്സ്. പൊരുതുന്ന സ്വഭാവമുള്ള വിൽക്സിനെതിരെ സ്വാഭാവികമായും പ്രോസിക്യൂഷൻ നടപടിയുണ്ടായി. ജോൺ വിൽക്സിനെ ന്യായീകരിച്ചുകൊണ്ട് പുസ്തകപ്രസാധകനായ ആൽമൺ പ്രസിദ്ധീകരിച്ച ലഘുലേഖയാണ് കോടതിയലക്ഷ്യമായത്. കോടതിയെ വിമർശിക്കുന്ന സന്ദർഭങ്ങളിൽ കോടതിയലക്ഷ്യത്തിന് ശിക്ഷിക്കുന്നതിനുള്ള അധികാരം കോടതിക്കുണ്ടെന്ന് ചീഫ് ജസ്റ്റിസ് ജോൺ വിൽമോട്ട് വ്യക്തമാക്കി. അത് സ്വാഭാവികവും അന്തർല്ലീനവുമായ അധികാരമാണ്. പക്ഷേ, എഴുതിയ വിധി പ്രസ്താവിക്കാൻ വിൽമോട്ടിന് അവസരം കിട്ടിയില്ല. അതിനുമുമ്പേ പ്രോസിക്യൂഷൻ കേസ് പിൻവലിച്ചു. കോടതിയിൽ പ്രസ്താവിക്കാതിരുന്ന ഈ വിധി കോടതിയലക്ഷ്യക്കേസുകളിൽ പരാമർശിക്കപ്പെടാറുണ്ട്. ഇംഗ്ലണ്ടിൽ പ്രസ്താവിക്കപ്പെടാതിരുന്ന വിധി 255 വർഷങ്ങൾക്കുശേഷം ഇന്ത്യയിൽ പ്രശാന്ത് ഭൂഷൺ കേസിൽ ജസ്റ്റിസ് അരുൺ മിശ്ര ആധികാരികതയോടെ സ്വീകരിച്ചു. വിൽമോട്ടിന്റെ വിധി ഇംഗ്ലണ്ടിൽ ഇന്ന് ആരും പരാമർശിക്കുകയോ ഉപയോഗിക്കുകയോ ചെയ്യുന്നില്ലെന്ന കാര്യം അരുൺ മിശ്ര അറിയാതെപോയി.

നീതിനിർവ്വഹണത്തിന് വിഘ്നമാകുന്ന കൃത്യങ്ങളെ കോമൺ ലോ ശിക്ഷാർഹമാക്കിയിരുന്നു. അപകീർത്തിക്ക് സമാന്തരമായി കോടതിയലക്ഷ്യം വികാസം പ്രാപിച്ചു. പത്രവുമായി ബന്ധപ്പെട്ട ആദ്യത്തെ കോടതിയലക്ഷ്യക്കേസ് 1721 ൽ ഉണ്ടായി. ക്രിമിനൽ കേസുകളിലെ വിചാരണ വിശദമായി റിപ്പോർട്ട് ചെയ്യുന്നതിൽ വിക്ടോറിയൻ കാലത്തെ പത്രങ്ങൾ താല്പര്യം കാണിച്ചിരുന്നു. ക്രൈം വാർത്തകൾ വായനക്കാരെ

ആകർഷിക്കുമെന്ന് പത്രങ്ങളും കോടതിയുടെ നല്ല പ്രവർത്തനത്തെക്കുറിച്ച് ജനങ്ങൾ അറിയുമെന്ന് ജഡ്ജിമാരും കരുതി. കുറ്റകൃത്യങ്ങളെക്കുറിച്ചറിയുന്ന ജനങ്ങൾ കുറ്റകൃത്യങ്ങൾ തടയുന്നതിനും കുറ്റവാളികളെ പിടികൂടുന്നതിനും സഹായിക്കുമെന്ന് പൊലീസിനും അഭിപ്രായമുണ്ടായി. പത്രങ്ങളുടെ ഈ നല്ല പ്രവൃത്തിയെ 1874 ൽ ചീഫ് ജസ്റ്റിസ് കോക്ബേൺ പ്രശംസിക്കുകയുണ്ടായി. പക്ഷേ, 1903 ൽ ജസ്റ്റിസ് വിൽസ് ഇതിനു കടകവിരുദ്ധമായ നിലപാട് സ്വീകരിച്ചു. ക്രിപ്പെൻ വധക്കേസിൽ സ്വന്തമായി കഥ ചമച്ച പത്രങ്ങളെ ജസ്റ്റിസ് ഡാർലിങ് കർശനമായി താക്കീത് ചെയ്യുകയും പിഴയ്ക്കു പകരം തടവ് ഇത്തരം സന്ദർഭങ്ങളിൽ നല്കേണ്ടി വരുമെന്ന് മുന്നറിയിപ്പ് നല്കുകയും ചെയ്തു.

പത്രങ്ങൾ സ്വന്തമായി കുറ്റാന്വേഷകരെ നിയമിക്കുകയും അവരുടെ അന്വേഷണറിപ്പോർട്ടുകൾ എരിവും പുളിയും ചേർത്ത് നല്കുകയും ചെയ്യുന്ന രീതി വന്നപ്പോഴും കോടതിക്ക് ഇടപെടേണ്ടിവന്നിട്ടുണ്ട്. 1924 ലെ ക്രംബിൾസ് വധത്തിൽ *ഈവനിങ് സ്റ്റാൻഡേഡ്, മാഞ്ചസ്റ്റർ ഗാർഡിയൻ, ഡെയ്‌ലി എക്സ്പ്രസ്* എന്നീ പ്രമുഖ പത്രങ്ങൾ നടത്തിയ സമാന്തര അന്വേഷണത്തോട് ചീഫ് ജസ്റ്റിസ് ലോർഡ് ഹോവാർഡ് വളരെ കടുത്ത ഭാഷയിൽ പ്രതികരിച്ചു. കോടതികൾ പ്രതിരോധിക്കുന്തോറും പത്രങ്ങൾ ഈ പ്രവർത്തനവുമായി മുന്നേറുകയായിരുന്നു. 1949 ലെ ഡെയ്‌ലി മിറർ കേസിൽ പത്രത്തിനെതിരെ കോടതി 10,000 പൗണ്ട് പിഴയിട്ടു. 1968 ൽ കോടതിയലക്ഷ്യക്കേസിൽ *ദ് ടൈംസിന്* കോടതി 5,000 പൗണ്ട് പിഴയിട്ടു.

നീതിനിർവ്വഹണത്തെ തടസ്സപ്പെടുത്തുകയെന്ന ആക്ഷേപമാണ് പത്രങ്ങൾക്കെതിരെ ഉണ്ടായിരുന്നതെങ്കിൽ അറുപതുകളുടെ ആരംഭത്തിൽ നീതിനിർവ്വഹണവുമായി സഹകരിക്കുന്നില്ലെന്ന പുതിയ ആക്ഷേപം പത്രങ്ങൾക്കെതിരെ ഉണ്ടായി. ചാരപ്രവർത്തനവുമായി ബന്ധപ്പെട്ട ചില കേസുകളിൽ വാർത്തയുടെ ഉറവിടം വെളിപ്പെടുത്താൻ ലേഖകർ വിസമ്മതിച്ചുവെന്നതായിരുന്നു കേസ്. വാർത്തയ്ക്കാധാരമാകുന്ന രഹസ്യ വിവരങ്ങളുടെ ഉറവിടം സംരക്ഷിക്കുകയെന്നത് പത്രപ്രവർത്തകരുടെ ധാർമ്മികമായ ഉത്തരവാദിത്വമാണെങ്കിലും നിയമം അതനുവദിക്കുന്നില്ല. എഴുപതുകളിൽ *സൺഡേ ടൈംസ്* നടത്തിയ താലിഡൊമൈഡ് കേസുകൾ പത്രങ്ങളും കോടതിയും തമ്മിലുള്ള ഏറ്റുമുട്ടലിൽ പുതിയ അദ്ധ്യായമായി. അതേക്കുറിച്ച് കഴിഞ്ഞ അദ്ധ്യായത്തിൽ പ്രതിപാദിച്ചിട്ടുണ്ട്.

കാര്യങ്ങൾ ഇങ്ങനെ പുരോഗമിക്കുമ്പോഴും ജഡ്ജിമാരെ അപവദിക്കുകയെന്ന കുറ്റം ചുമത്തി പത്രപ്രവർത്തകരെ ശിക്ഷിക്കാൻ ഇംഗ്ലീഷ് കോടതികൾ വിമുഖത കാണിച്ചിരുന്നു. അപകീർത്തിക്കിരയായി എന്ന് ജഡ്ജിമാർക്ക് പരാതിയുണ്ടെങ്കിൽ അതിനുള്ള പ്രതിവിധി അപകീർത്തിക്കുള്ള ക്രിമിനൽ നടപടികളാണെന്ന് 1899 ൽത്തന്നെ ഒരു പ്രിവി കൗൺസിൽ കേസിൽ ലോർഡ് മോറിസ് വ്യക്തമാക്കിയിട്ടുണ്ട്. കോടതിയലക്ഷ്യമെന്ന കവചമില്ലാതെ വിശ്വാസ്യതയുടെ ബലത്തിൽ നില്ക്കാൻ കഴിയുമെന്ന ആത്മവിശ്വാസം ലോർഡ് മോറിസ് പ്രകടിപ്പിച്ചു. ഈ ആത്മവി

ശ്വാസം ഏറെക്കാലം നിലനിന്നില്ല. *ബർമിങ്ഹാം ഡെയ്‌ലി* ആർഗസ് കേസിൽ ജസ്റ്റിസ് ഡാർലിങ്ങിനെതിരെ അപവാദം പ്രചരിപ്പിച്ചതിന് ലോർഡ് *റസൽ* പത്രത്തിന് കനത്ത ശിക്ഷ നല്കുകയുണ്ടായി. പക്ഷേ, അതിനെതിരെ സമകാലികമായി വലിയ തോതിൽ വിമർശമുണ്ടായി.

അപകീർത്തി എന്ന കോടതിയലക്ഷ്യം 1920 നുശേഷം വീണ്ടുമുണ്ടായി. ജനനനിയന്ത്രണത്തിന്റെ പ്രചാരകയായിരുന്ന ഡോ. മേരി സ്റ്റോപ്സ് പ്രതിയായ കേസിൽ അവരെ ന്യായീകരിച്ചുകൊണ്ട് *ന്യൂ സ്റ്റേറ്റ്സ്മാൻ* ഒരു ലേഖനമെഴുതി. ജസ്റ്റിസ് ആവറി അദ്ധ്യക്ഷനായ ബെഞ്ചിൽ നിന്ന് ഡോ. സ്റ്റോപ്സിനു നീതി ലഭിക്കില്ലെന്നായിരുന്നു ലേഖനത്തിന്റെ ഉള്ളടക്കം. പത്രം ഗുരുതരമായ കോടതിയലക്ഷ്യം നടത്തിയതായി ചീഫ് ജസ്റ്റിസ് ഹിവാർട്ട് വിധിച്ചു. 1928 ലായിരുന്നു ഇത്. ഇത്തരം കേസുകൾ കൂടിവന്നപ്പോൾ അപകീർത്തികരമായ കോടതിയലക്ഷ്യക്കേസുകളിൽ ജഡ്ജിമാർ വല്ലാതെ സെൻസിറ്റീവാകരുതെന്ന് പ്രിവി കൗൺസിലിന് ഉപദേശിക്കേണ്ടിവന്നു. സമീപനത്തിൽ മാറ്റമുണ്ടായില്ലെങ്കിലും നടപടി അപൂർവ്വമായി. സദുദ്ദേശ്യത്തോടെ നീതിപീഠങ്ങളെ സ്വകാര്യമായോ പരസ്യമായോ വിമർശിക്കുന്നതിനുള്ള പൗരന്റെ അവകാശത്തെ അംഗീകരിച്ചുകൊണ്ട് 1936 ൽ പോർട്ട് ഓഫ് സ്പെയ്ൻ ഗസറ്റ് കേസിൽ ലോർഡ് അറ്റ്കിൻ വളരെ പ്രസിദ്ധമായിത്തീർന്ന ഒരു വരിയെഴുതി: : Justice is not a cloistered virtue; she must be allowed to suffer the scrutiny and respectful even though outspoken comments of ordinary men.

പത്രങ്ങൾക്കെതിരെ

കോടതികളുടെ അന്തസ്സ് സംരക്ഷിക്കുന്നതിനുവേണ്ടി ഉപയോഗിക്കാനുള്ളതല്ല കോടതിയലക്ഷ്യനിയമമെന്ന് 1968 ലെ പഞ്ച് കേസിൽ പ്രതിയെ വിട്ടുകൊണ്ട് ലോർഡ് ഡെന്നിങ് പറഞ്ഞു. ശിക്ഷകൊണ്ടല്ല പ്രവൃത്തികൊണ്ടാണ് ആക്ഷേപത്തിന് മറുപടി പറയേണ്ടതെന്ന് അദ്ദേഹം ജഡ്ജിമാരെ ഓർമ്മപ്പെടുത്തി. ജഡ്ജിമാരെ അപകീർത്തിപ്പെടുത്തുകയും കോടതിയെ അപവദിക്കുകയും ചെയ്യുന്നതായ കേസുകളിൽ ഇംഗ്ലണ്ടിലെ രീതിതന്നെയാണ് കോമൺവെൽത്ത് കോടതികൾ സ്വീകരിച്ചുപോന്നത്. എന്നാൽ ഇന്ത്യൻ ജഡ്ജിമാർ ആക്ഷേപത്തിനു മറുപടിയായി ശിക്ഷ നല്കാൻ തുടങ്ങി. ഈ മനോഭാവത്തിലാണ് സൈദ്ധാന്തികമായ വിമർശനത്തിന്റെ പേരിൽ ഇ എം എസിനെതിരെ ശിക്ഷയുണ്ടായത്.

യു എസിൽ തികച്ചും വ്യത്യസ്തമായ ചാലിലൂടെയാണ് കോടതിയലക്ഷ്യനിയമം വികാസം പ്രാപിച്ചത്. ഭരണഘടന പ്രഥമ ഭേദഗതിയിലൂടെ ഉറപ്പു നല്കുന്ന അനിയന്ത്രിതമായ സ്വാതന്ത്ര്യം അനുഭവിക്കുന്ന പത്രങ്ങളെ നിയന്ത്രിക്കുകയെന്ന ഉദ്ദേശ്യം അമേരിക്കൻ കോടതികൾക്കുണ്ടായില്ല. പത്രങ്ങൾ ആവശ്യപ്പെടുന്ന സ്വാതന്ത്ര്യത്തിന് അനുസൃതമായി കോടതിയലക്ഷ്യനിയമത്തെ പൊരുത്തപ്പെടുത്തിക്കൊടുക്കാനുള്ള

ശ്രമമാണ് അവിടെയുണ്ടായത്. കോടതിയുടെ പ്രവർത്തനത്തെ നേരിട്ട് തടസ്സപ്പെടുത്തുന്നതൊഴികെയുള്ള കാര്യങ്ങൾ കോടതികൾ ശ്രദ്ധിച്ചിരുന്നില്ല. ഭരണഘടനാസ്ഥാപനങ്ങളെ ധ്വംസിക്കുന്നതിനുള്ള സ്വാതന്ത്ര്യം പത്രങ്ങൾക്കില്ലെന്ന് 1918 ൽ സുപ്രീം കോടതി പ്രഖ്യാപിച്ചതോടെ സമീപനത്തിൽ മാറ്റംവന്നു. ഇംഗ്ലീഷ് കോടതികളുടെ സ്വാധീനം പിടിമുറുക്കുന്നുവോ എന്ന് ആശങ്ക ഉയർന്ന ഘട്ടത്തിലാണ് 1940 ൽ *ലോസ് ആഞ്ജലസ് ടൈംസ്* കേസുണ്ടായത്. ഈ കേസിലാണ് Clear and present danger എന്ന തത്ത്വം യു എസ് സുപ്രീം കോടതി ആവിഷ്കരിച്ചത്.

ഇന്ത്യയിൽ പത്രത്തിനെതിരെ കോടതിയലക്ഷ്യനിയമം ആദ്യമായി പ്രയോഗിക്കപ്പെടുന്നത് 1868 ലാണ്. ജസ്റ്റിസ് ദ്വാരകാനാഥ് മിത്തറെ വിമർശിച്ചുകൊണ്ട് *ഇംഗ്ലിഷ്മാൻ* എന്ന പത്രത്തിൽ വില്യം ടെയ്‌ലർ എഴുതിയ കത്താണ് കേസിന് കാരണമായത്. കോടതിക്കു പുറത്ത് നടന്ന കാര്യം കോടതിയലക്ഷ്യമായി കരുതി ശിക്ഷിക്കാമോ എന്ന ചോദ്യമുണ്ടായി. ആകാം എന്ന അഭിപ്രായത്തിലാണ് സർ ബാർണെസ് പീകോക്ക് എത്തിച്ചേർന്നത്. പക്ഷേ, പത്രത്തെ അദ്ദേഹം ശല്യമായി കണ്ടില്ല. ജനങ്ങളുടെ അവകാശങ്ങൾ സംരക്ഷിക്കുന്നതിന് സ്വതന്ത്രമായ പത്രങ്ങൾ അനിവാര്യമാണെന്ന ആമുഖത്തോടെയാണ് അദ്ദേഹം വിധി എഴുതിത്തുടങ്ങിയത്. കോടതിയെ അപകീർത്തിപ്പെടുത്തി എന്ന ആക്ഷേപം പത്രങ്ങൾക്കെതിരെ ഉന്നയിക്കാനാവില്ലെന്ന് അദ്ദേഹം പറഞ്ഞു. പത്രത്തിന്റെ ഖേദപ്രകടനം സ്വീകരിച്ചുകൊണ്ട് അദ്ദേഹം കേസ് അവസാനിപ്പിച്ചു.

1883 ൽ *ബംഗാളി* എന്ന പത്രത്തിനെതിരെ കോടതിയലക്ഷ്യക്കേസുണ്ടായപ്പോൾ സുരേന്ദ്രനാഥ് ബാനർജി ശിക്ഷിക്കപ്പെട്ടു. ഒരു വിഗ്രഹം കോടതിയിൽ ഹാജരാക്കണമെന്ന് നിർബ്ബന്ധിച്ച ഇംഗ്ലീഷുകാരനായ ജഡ്ജിയെ വിമർശിച്ചുവെന്നതായിരുന്നു ബാനർജിക്കെതിരായ കുറ്റം. അദ്ദേഹത്തിന്റെ ഖേദപ്രകടനം സ്വീകരിക്കപ്പെട്ടില്ല. ബെഞ്ചിലുണ്ടായിരുന്ന ജസ്റ്റിസ് ദ്വാരകാനാഥ് മിത്തർ വിയോജിച്ചു. ഇംഗ്ലിഷ്മാൻ കേസിൽ നിന്ന് വിഭിന്നമായ നിലപാട് ബംഗാളി കേസിൽ എന്തുകൊണ്ടെന്ന ചോദ്യം അദ്ദേഹം ഉന്നയിച്ചു. ബംഗാളി ഉൾപ്പെടെയുള്ള ഭാഷാപത്രങ്ങൾ കോടതിക്കെതിരു നില്ക്കുന്ന കാലമായിരുന്നു അത്. സുരേന്ദ്രനാഥ് ബാനർജി എതിർപ്പിന്റെ മുന്നിലുണ്ടായിരുന്നു. ജുഡീഷ്യറിയിലെ ചില നടപടികൾക്കെതിരെയുള്ള പ്രക്ഷോഭം അവസാനിപ്പിക്കുന്നതിനുള്ള സമ്മർദ്ദത്തിന്റെ ഭാഗം കൂടിയായിരുന്നു ബാനർജിക്കു നല്കിയ ശിക്ഷ.

ദേശീയപ്രക്ഷോഭം ശക്തമായതോടെ പത്രങ്ങൾക്കുമേലുള്ള പിടി അധികാരികൾ മുറുക്കിത്തുടങ്ങി. ലോക്മാന്യ തിലകിനെ ശിക്ഷിക്കുന്നതിനുവേണ്ടി വിചാരണ നടത്തിയ ജഡ്ജി ഡാവറെ അധികാരികൾ സ്വാധീനിച്ചു എന്നെഴുതിയതിന് ബോംബെയിലെ മറാത്ത പത്രത്തിനെതിരെ കോടതിയലക്ഷ്യത്തിനു നടപടിയുണ്ടായി. രണ്ടു വർഷം കഴിഞ്ഞ്, 1920 ൽ, യങ് ഇന്ത്യ കേസിൽ പ്രതിക്കൂട്ടിലായത് മഹാത്മാഗാന്ധിയായിരുന്നു. വിചാരണയിലിരിക്കുന്ന കേസുമായി ബന്ധപ്പെട്ട രേഖകൾ പ്രസിദ്ധപ്പെടു

ത്തിയെന്നതായിരുന്നു കുറ്റം. പൊതുപ്രാധാന്യമുള്ള വിഷയങ്ങളിൽ ഇടപെടുന്നതിനുള്ള അവകാശവും ഉത്തരവാദിത്വവും പത്രങ്ങൾക്കുണ്ടെന്ന് ഗാന്ധിജി വാദിച്ചു. എഴുതിയതിലെ സത്യവും ന്യായവും പ്രതിയുടെ പ്രതിരോധമായി അംഗീകരിച്ചിരുന്നില്ല. മാപ്പ് പറഞ്ഞ് ശിക്ഷയിൽ നിന്ന് ഒഴിവാകാൻ ഗാന്ധിജി തയ്യാറായില്ല. പക്ഷേ, ശിക്ഷിക്കാൻ ജഡ്ജിമാരും തയ്യാറായില്ല. മുന്നറിയിപ്പോടെ അദ്ദേഹം വിട്ടയക്കപ്പെട്ടു.

കോടതിയുടെ പരിഗണനയിലിരിക്കുന്ന വ്യവഹാരത്തിൽ പൊതുതാല്പര്യമുള്ള വിഷയം ഉൾപ്പെട്ടിട്ടുണ്ടെങ്കിൽ അത് പൊതുസമക്ഷം അവതരിപ്പിച്ച് ചർച്ച ചെയ്യുന്നതിനുള്ള അവകാശം പത്രങ്ങൾക്കുണ്ടെന്നായിരുന്നു ഗാന്ധിജിയുടെ നിലപാട്. *യങ് ഇന്ത്യ* കേസിൽ ഗാന്ധിജി ഉന്നയിച്ച വാദങ്ങളാണ് അൻപതു വർഷത്തിനുശേഷം താലിഡൊമൈഡ് കേസിൽ *സൺഡേ ടൈംസ്* ഉന്നയിച്ചതും യൂറോപ്യൻ കോടതി സ്വീകരിച്ചതും..

1920 വരെ പത്രങ്ങൾക്കെതിരെ കോടതിയലക്ഷ്യത്തിന് നടപടി വിരളമായേ സ്വീകരിച്ചിട്ടുള്ളു. ബ്രിട്ടീഷ് ഭരണത്തെ ന്യായീകരിക്കുന്നതിനായി ഉയർത്തിക്കാണിച്ചിരുന്ന ഒന്നായിരുന്നു ബ്രിട്ടീഷ് നീതിനിർവ്വഹണത്തിലെ നിഷ്പക്ഷത. അതങ്ങനെയല്ലെന്ന് സ്ഥാപിക്കുന്നതിനുള്ള ശ്രമത്തിലായിരുന്നു ദേശീയ പ്രസ്ഥാനത്തിന്റെ ഭാഗമായി പ്രവർത്തിച്ചിരുന്ന പത്രങ്ങൾ. അങ്ങനെയുള്ള പത്രങ്ങളെ മെരുക്കുന്നതിന് കോടതിയലക്ഷ്യം രാഷ്ട്രീയായുധമായി പ്രയോഗിക്കപ്പെട്ടു. 1926 ലെ കോടതിയലക്ഷ്യനിയമം എല്ലാ കോടതികൾക്കും ബാധകമാക്കി. ജഡ്ജിമാരെ അപവദിക്കുകയെന്നത് ബ്രിട്ടനിൽ കോടതിയലക്ഷ്യം അല്ലാതായിക്കൊണ്ടിരുന്നപ്പോൾ ഇന്ത്യയിൽ അതങ്ങനെയാക്കി നിലനിർത്തി. അങ്ങാടിയിലെ കഥകളും രാഷ്ട്രീയ ആരോപണങ്ങളും ഒരു പരിശോധനയുമില്ലാതെ പത്രങ്ങൾ പ്രസിദ്ധീകരിച്ചിരുന്ന നിരുത്തരവാദപരമായ പത്രപ്രവർത്തനത്തിന്റെ കാലം കൂടിയായിരുന്നു അത്. ഖേദപ്രകടനത്തോടെ കുറ്റം മാപ്പാക്കുന്നതിന് കോടതികൾ പൊതുവെ തയ്യാറായിരുന്നെങ്കിലും ശിക്ഷിക്കുമ്പോൾ അത് കടുപ്പത്തിൽത്തന്നെയായിരുന്നു. ഖേദപ്രകടനം നിർവ്യാജമാണെന്ന് കോടതിക്ക് ബോദ്ധ്യപ്പെട്ടാൽ മാത്രമാണ് അത് സ്വീകരിക്കപ്പെട്ടിരുന്നത്. നീതിനിർവ്വഹണത്തിന്റെ താല്പര്യങ്ങളേക്കാൾ സ്വന്തം മഹത്വം സംരക്ഷിക്കുന്നതിലായിരുന്നു കോടതിക്ക് താല്പര്യം. പശ്ചാത്താപമേ പ്രായശ്ചിത്തം എന്ന തത്ത്വത്തിലുപരി പറഞ്ഞ വാക്ക് പരസ്യമായി പിൻവലിപ്പിക്കുന്നതിലായിരുന്നു ജഡ്ജിമാരുടെ സംതൃപ്തി.

വിമർശകരുമായി നേരിട്ട് സംവാദത്തിലേർപ്പെടുന്നതിനുള്ള അവസരമായി കോടതിയലക്ഷ്യത്തെ ജഡ്ജിമാർ കാണുന്നുണ്ട്. ശിക്ഷയുടെ വാൾ ഡമോക്ലിസിന്റെ വാൾപോലെ പ്രതിയുടെ തലയ്ക്കു മുകളിൽ തൂക്കിയിട്ടുകൊണ്ട് അവർ ഉദാരമനസ്കരാകാൻ ശ്രമിക്കുന്നു. സ്വന്തം ഭാഗം വിശദീകരിക്കാൻ അവസരം കിട്ടുന്നില്ലെന്ന് പരാതിപ്പെടുന്ന ജഡ്ജിമാർ അതിനുള്ള അവസരം നന്നായി പ്രയോജനപ്പെടുത്തുന്നു. ബ്രി

ട്ടീഷ് കൊളോണിയൽ വാഴ്ചയുടെ പൈതൃകമെന്നോണം കോടതിയലക്ഷ്യത്തിന് ആരെയും ശിക്ഷിക്കുന്നതിനുള്ള അധികാരത്തോടെയാണ് നമ്മുടെ കോടതികൾ റിപ്പബ്ലിക്കിലെ കോടതികളായത്.

വിലക്കപ്പെടുന്ന സംസാരം

സംസാരിക്കുന്നതിനുള്ള വിലക്കാണ് കോടതിയലക്ഷ്യ നിയമം. സംസാരിക്കുന്നതിനുള്ള സ്വാതന്ത്ര്യമാണ് ഭരണഘടനയുടെ വാഗ്ദാനം. ഇവ രണ്ടും പൊരുത്തപ്പെടുത്തുന്നതിനുള്ള ശ്രമത്തിന്റെ ഭാഗമായാണ് ന്യായമായ നിയന്ത്രണം എന്ന പരിമിതിയുണ്ടായത്. എന്നാൽ അമേരിക്കൻ കോടതികൾ സ്വീകരിച്ച സംയമനത്തിന്റെയും കരുതലിന്റെയും മാർഗ്ഗത്തിലല്ല ഇന്ത്യൻ കോടതികൾ ഈ വിഷയത്തിൽ മുന്നോട്ടുപോയത്. സംസാരിക്കുന്നതിനും അഭിപ്രായം പ്രകടിപ്പിക്കുന്നതിനുമുള്ള സ്വാതന്ത്ര്യത്തിന്റെ പ്രഖ്യാപനത്തോടെ ഉണ്ടായ ഭരണഘടനയുടെ ആവിർഭാവം കോടതിയലക്ഷ്യത്തെ സംബന്ധിച്ച് ഇന്ത്യൻ കോടതികൾക്കുണ്ടായിരുന്ന കൊളോണിയൽ മനോഭാവത്തിൽ ഒരു മാറ്റവും വരുത്തിയില്ല.

സുപ്രീം കോടതി കൈകാര്യം ചെയ്ത കോടതിയലക്ഷ്യക്കേസുകളിൽ ഭൂരിഭാഗവും ജഡ്ജിമാരെ അപവദിക്കുന്ന വിഭാഗത്തിൽ പെടുന്നതായിരുന്നു. ഇത്തരം കേസുകൾ കുറയുമെന്ന പ്രത്യാശ സുപ്രീം കോടതി ഒരിക്കൽ പ്രകടിപ്പിച്ചെങ്കിലും കുറയുകയല്ല കൂടുകയാണുണ്ടായത്. പ്രശാന്ത് ഭൂഷണെതിരെ സുപ്രീം കോടതി സ്വമേധയാ എടുത്ത കേസിലും ചീഫ് ജസ്റ്റിസിനെ അപകീർത്തിപ്പെടുത്തി എന്നതായിരുന്നു ആക്ഷേപം. ജഡ്ജിമാർ വൈകാരികമായി പ്രതികരിക്കരുതെന്ന് സുപ്രീം കോടതിതന്നെ പറഞ്ഞിട്ടുണ്ടെങ്കിലും സ്വന്തം കാര്യം വരുമ്പോൾ അവർ ഓവർസെൻസിറ്റീവാകുന്നു. അസ്ഥിരമായ അതിരുകളുള്ള അവ്യക്തമായ അധികാരം പ്രയോഗിച്ച് വിമർശകരെ കോടതി ശിക്ഷിക്കുന്നതിലെ അനൗചിത്യവും അപകടവും ബരദകാന്ത മിശ്ര കേസിൽ ജസ്റ്റിസ് വി ആർ കൃഷ്ണയ്യർ ചൂണ്ടിക്കാണിച്ചിട്ടുണ്ട്. കൃഷ്ണയ്യർ ഈ കേസിൽ മനോഹരമായി അവതരിപ്പിച്ച ജനാധിപത്യചിന്ത അദ്ദേഹത്തിനുതന്നെ ഫലപ്രദമായി മുന്നോട്ടുകൊണ്ടുപോകാൻ കഴിഞ്ഞില്ല. മൽഗോക്കർ കേസിൽ പ്രതീക്ഷാനിർഭരമായി തുടങ്ങിയത് അദ്ദേഹത്തിന് പൂർത്തിയാക്കാൻ കഴിഞ്ഞില്ല.

ജഡ്ജിമാരെ അപവദിക്കുകയും കോടതിയെ അപകീർത്തിപ്പെടുത്തുകയും ചെയ്യുമ്പോഴല്ലാതെ കോടതിയലക്ഷ്യനിയമത്തെ പ്രയോജനകരമായി നവീകരിക്കാൻ സുപ്രീം കോടതി ശ്രമിച്ചിട്ടില്ല. സബ് ജുഡീസായ വിഷയങ്ങളിൽ മാധ്യമങ്ങളും പൊതുപ്രവർത്തകരും നിർബ്ബാധം അഭിപ്രായങ്ങൾ പ്രകടിപ്പിക്കുമ്പോൾ കോടതി കാര്യമായി അസ്വസ്ഥമാകുന്നില്ല. പ്രഥമ വിവര റിപ്പോർട്ട് (എഫ് ഐ ആർ) സമർപ്പിക്കുന്ന ഘട്ടം മുതൽ സബ് ജുഡീസ് എന്ന നിയന്ത്രണം പ്രാബല്യത്തിലാകുന്നുവെന്ന ക്ലാസിക്കൽ സമീപനം ഇന്ന് കോടതികൾക്കില്ല. ഈ സൗകര്യം പ്രയോജനപ്പെടു

ത്തി ക്രിമിനൽ കേസുകളുടെ അന്വേഷണത്തിലും വിചാരണയിലും മാധ്യമങ്ങൾ വല്ലാതെ ഇടപെടുന്നുണ്ട്. സാന്ദർഭികമായ ശാസനയല്ലാതെ ശിക്ഷാനടപടികളിലേക്ക് കോടതികൾ കടക്കുന്നില്ല.

കോടതിയലക്ഷ്യനിയമം മാധ്യമങ്ങളെ എങ്ങനെ ബാധിക്കുന്നുവെന്ന പഠനത്തിന് സുപ്രീം കോടതിയിലെ കോടതിയലക്ഷ്യ ഡോക്കറ്റ് തൃപ്തികരമായ വിവരങ്ങൾ നല്കുന്നില്ല. ഇത്തരത്തിലുള്ള കേസുകൾ ഹൈക്കോടതികളിലാണ് കൂടുതൽ കാണുന്നത്. രാഷ്ട്രീയമായ കാരണത്താലാകും സബ് ജുഡീസായ കേസുകളിൽ അഭിപ്രായപ്രകടനം ഉണ്ടാകുന്നത്. കേസ് നിലനില്ക്കുന്നുവെന്ന കാര്യമറിയാതെ ആ കേസുമായി ബന്ധപ്പെട്ടവരെക്കുറിച്ച് അഭിപ്രായം പറഞ്ഞതിന് ജവാഹർലാൽ നെഹ്റുവിന് കോടതിയലക്ഷ്യത്തിന് നോട്ടീസ് കിട്ടിയിട്ടുണ്ട്. സബ് ജുഡീസായ കാര്യങ്ങളെക്കുറിച്ച് ചർച്ച നടത്തുന്ന ടെലിവിഷനും വാർത്ത നല്കുന്ന പത്രങ്ങളും കോടതിയലക്ഷ്യമാണ് നടത്തുന്നതെന്ന് ആരും അറിയുന്നില്ല. ഇത്തരം കേസുകൾ കോടതി ഗൗരവത്തോടെ കണ്ടിരുന്ന കാലമുണ്ടായിരുന്നു. 1958 ൽ മത്തായി മാഞ്ഞൂരാന് കേരള ഹൈക്കോടതി നൂറു രൂപ പിഴയിട്ടത് അദ്ദേഹം പത്രാധിപരായ *കേരളപ്രകാശ*ത്തിൽ വന്ന വാർത്തയുടെ പേരിലായിരുന്നു. തൃശൂർ ജില്ലയിലെ വരന്തരപ്പള്ളിയിൽ കമ്യൂണിസ്റ്റുകാരും കോൺഗ്രസുകാരും തമ്മിലുണ്ടായ ഏറ്റുമുട്ടലിൽ അഞ്ചു പേർ കൊല്ലപ്പെട്ടിരുന്നു. കമ്യൂണിസ്റ്റ് പാർട്ടി അധികാരത്തിലുള്ളപ്പോൾ പ്രതികളായ കമ്യൂണിസ്റ്റുകാർ ശിക്ഷിക്കപ്പെടില്ല എന്ന രീതിയിലുള്ള വാർത്തയാണ് സംഭവം നടന്ന് മൂന്നാം ദിവസം *കേരളപ്രകാശം* നല്കിയത്. പത്രത്തിന്റെ പ്രസാധകനും ശിക്ഷിക്കപ്പെട്ടു. പൊതുചർച്ചയ്ക്ക് സബ് ജുഡീസ് തടസ്സമാകരുതെന്ന് *ബ്ലിറ്റ്സ്* എഡിറ്റർ ആർ കെ കരഞ്ചിയ 1963 ൽ വാദിച്ചിട്ടുണ്ട്. പൊതുതാല്പര്യവും സബ് ജുഡീസും എന്ന വിഷയം കോടതിയലക്ഷ്യത്തെക്കുറിച്ചുള്ള ചർച്ചയിൽ പ്രധാനപ്പെട്ടതാണ്. 1971 ലെ കോൺഗ്രസ് പാർട്ടി കേസിലും 1974 ലെ ജഡ്ജിമാരുടെ സീനിയോറിറ്റി മറികടക്കൽ കേസിലും ഡൽഹി ഹൈക്കോടതിക്ക് ഈ വിഷയം വിശദമായി ചർച്ച ചെയ്യാൻ അവസരം ലഭിച്ചെങ്കിലും തൃപ്തികരമായ വിധി ഉണ്ടായില്ല.

വിട്ടുവീഴ്ചയില്ലാത്തതും എന്നാൽ വിട്ടുവീഴ്ചയ്ക്ക് അവസരം നല്കുന്നതുമാണ് കോടതിയലക്ഷ്യനിയമം. പ്രതിക്ക് കാര്യമായ പ്രതിരോധത്തിന് അവസരം നല്കാതെ സമ്മറി പ്രോസസിലൂടെ ശിക്ഷ വിധിക്കുന്നുവെന്നതാണ് നിയമത്തിന്റെ കഠിനത. പാതയോരത്ത് പൊതുയോഗം നടത്തുന്നത് വിലക്കിയ ജഡ്ജിക്കെതിരെ ശുംഭൻ എന്ന പ്രയോഗം നടത്തിയ എം വി ജയരാജനെ കേരള ഹൈക്കോടതി പരമാവധി ശിക്ഷയായ ആറു മാസത്തെ തടവിന് ശിക്ഷിച്ചുവെന്നു മാത്രമല്ല മേല്ക്കോടതിയെ സമീപിക്കുന്നതിന് അവസരം നല്കാതെ കൈയോടെ ജയിലിലേക്ക് അയയ്ക്കുകയും ചെയ്തു. ജയരാജനെ കീടം എന്നാണ് വിധിയിൽ ജസ്റ്റിസ് വി രാംകുമാർ വിശേഷിപ്പിച്ചത്. മനുഷ്യൻ എന്ന അവസ്ഥ അം

ഗീകരിച്ചുകൊണ്ടുള്ളതാണ് ശുംഭൻ എന്ന വിളി. ആ ഫ്യൂഡൽ പ്രയോഗത്തിൽ ശാസനയ്ക്കൊപ്പം കരുതലുണ്ട്. മനുഷ്യനെ മാത്രമേ ശുംഭൻ എന്നു വിളിക്കൂ. പക്ഷേ, അത് ജഡ്ജിയെ വിളിക്കാവുന്ന വിളിയല്ല. കീടം എന്നത് മനുഷ്യന് നല്കാവുന്ന വിശേഷണമല്ല. അതിൽ മനുഷ്യത്വമില്ല. വ്യക്തിയുടെ അന്തസ്സ് ആമുഖവാഗ്ദാനമായി നല്കിയിരിക്കുന്ന ഭരണഘടനയനുസരിച്ച് പ്രവർത്തിക്കുന്ന ജഡ്ജി യാതൊരാളെയും കീടം എന്നു വിളിക്കാൻ പാടില്ല. ശുംഭനെന്നു വിളിച്ചയാളെ കീടമാക്കി പകരം വീട്ടിയതാണെങ്കിൽ പിന്നെ ശിക്ഷിക്കേണ്ട കാര്യമുണ്ടായിരുന്നില്ല. ഇതാണ് നിയമത്തിന്റെ കഠിനതയെങ്കിൽ നിയമത്തിന് ലഘുവായ ഒരു വശം കൂടിയുണ്ട്. കോടതിയലക്ഷ്യത്തെ കോടതിയലക്ഷ്യം അല്ലാതാക്കുന്നതിനും ആണെങ്കിൽത്തന്നെ മാപ്പ് നല്കുന്നതിനും പിഴയിൽ കാര്യങ്ങൾ അവസാനിപ്പിക്കുന്നതിനും നിയമം സൗകര്യം നല്കുന്നു. മൂന്നു മാസത്തെ തടവും മൂന്നു വർഷത്തെ തൊഴിൽവിലക്കും പ്രശാന്ത് ഭൂഷണ് ശിക്ഷ നല്കിയതിനുശേഷം അത് ഒരു രൂപയായി ചുരുക്കാൻ കോടതിക്ക് കഴിഞ്ഞത് നിയമത്തിന്റെ ആർദ്രഭാവം നിമിത്തമാണ്.

ജഡ്ജിമാർക്ക് സുരക്ഷിതമായ പരിസരം ഒരുക്കുന്ന ഒന്നാണ് കോടതിയലക്ഷ്യനിയമം. സവിശേഷമായ സാമൂഹികസാഹചര്യങ്ങളിൽ ന്യായാധിപന്മാരുടെ പദവിയും അന്തസ്സും അത് ഉറപ്പുവരുത്തുന്നു. കോടതിയുടെ പദവിയും കോടതിയും മാധ്യമങ്ങളും തമ്മിലുള്ള ബന്ധവും ഓരോ രാജ്യത്തും വ്യത്യസ്തമാകയാൽ ഒരു രാജ്യത്തെ വ്യവസ്ഥ അതേപടി മറ്റൊരു രാജ്യത്ത് നടപ്പാക്കാനാവില്ല. കുറ്റം സമാനമാകാമെങ്കിലും സന്ദർഭവും സാഹചര്യവും വ്യത്യസ്തമായിരിക്കും. യുക്തിസഹമായി വികാസം പ്രാപിച്ച നിയമം അല്ലാത്തതിനാൽ കോടതിയലക്ഷ്യനിയമത്തിന്റെ പ്രയോഗത്തിൽ പ്രായോഗികമായ പ്രശ്നങ്ങളുണ്ടാകും.

അധികാരമുള്ള കോടതികൾ

മൂന്ന് പഠന റിപ്പോർട്ടുകളും അഞ്ച് നിയമനിർമ്മാണങ്ങളും പിന്നിട്ടാണ് ഇന്ത്യ 2006 ലെ കോടതിയലക്ഷ്യ നിയമഭേദഗതിയിലെത്തിയത്. 1926 മുതലുള്ള അനുഭവജ്ഞാനത്തിന്റെ അടിസ്ഥാനത്തിൽ വിഷയത്തെ സമഗ്രമായി പഠിച്ച് പ്രശ്നരഹിതമാക്കിയെന്ന് ഇതിനർത്ഥമില്ല. സമകാലികമായ പ്രശ്നങ്ങളെ അടിസ്ഥാനമാക്കിയുള്ള താല്ക്കാലിക പരിഹാരങ്ങൾ മാത്രമാണ് ഉണ്ടായിട്ടുള്ളത്. സമൂഹത്തിന് ഏറെക്കാലം ബാധകമായുള്ള നിയമനിർമ്മാണം നടക്കേണ്ടത് അങ്ങനെയല്ല. കഴിഞ്ഞ നൂറ്റാണ്ടിന്റെ ആരംഭത്തിൽത്തന്നെ കല്ക്കട്ട, ബോംബെ, മദ്രാസ് എന്നീ ചാർട്ടേഡ് ഹൈക്കോടതികൾ കോടതിയലക്ഷ്യത്തിന് ശിക്ഷിക്കുന്നതിനുള്ള പ്രാപ്തി സ്വായത്തമാക്കിക്കഴിഞ്ഞിരുന്നു. കോടതിക്കു പുറത്ത് പത്രങ്ങൾ നടത്തുന്ന കോടതിയലക്ഷ്യവും സമർത്ഥമായി കൈകാര്യം ചെയ്യപ്പെട്ടു. കോടതിയലക്ഷ്യത്തിനുള്ള സ്വാഭാവികമായ ശിക്ഷാധികാരത്തിനു പുറമേ ഇന്ത്യൻ ശിക്ഷാനിയമത്തിലെ വിവിധ വകുപ്പുകളും ഈ ആവശ്യത്തിനായി പ്രയോഗിക്കപ്പെട്ടു.

1857 ലെ സൈനികകലാപത്തിനുശേഷമാണ് മൂന്ന് ഹൈക്കോടതികളും പ്രസിദ്ധമായ മൂന്ന് നിയമങ്ങളും ഉണ്ടായത്. ജുഡീഷ്യൽ ഭരണക്രമത്തിൽ വേണ്ടതായ നവീകരണത്തെക്കുറിച്ച് പത്രങ്ങൾ വാചാലമായിത്തുടങ്ങിയിരുന്നു. ലോകമാന്യ ബാലഗംഗാധർ തിലക് പത്രാധിപത്യം വഹിച്ചിരുന്ന രണ്ട് പ്രസിദ്ധീകരണങ്ങൾ കോടതിയലക്ഷ്യനിയമത്തിന്റെ വികാസത്തിൽ വലിയ പങ്ക് വഹിച്ചു. *കേസരി, മറാത്ത* എന്നിവയായിരുന്നു ആ പ്രസിദ്ധീകരണങ്ങൾ. കോടതിയലക്ഷ്യത്തിന് തിലക് വിചാരണ ചെയ്യപ്പെട്ടപ്പോൾ ആ വിഷയത്തിലേക്ക് കൂടുതൽ ജനശ്രദ്ധ പതിഞ്ഞു. പൊതുചർച്ചാവിഷയമായപ്പോൾ നീതിനിർവ്വഹണവ്യവസ്ഥയുടെ പരി

രക്ഷയ്ക്ക് ബ്രിട്ടീഷ് ഭരണകൂടം തയ്യാറെടുത്തു. നിയമവാഴ്ചയുടെ നിലനില്പ് കൊളോണിയൽ വാഴ്ചയുമായി അത്ര അഭേദ്യമായി ബന്ധപ്പെട്ടിരുന്നു.

സ്വന്തം അധികാരപരിധിക്കു പുറത്ത് നടക്കുന്ന കോടതിയലക്ഷ്യം ഹൈക്കോടതികൾക്ക് കൈകാര്യം ചെയ്യാൻ കഴിയുമായിരുന്നില്ല. 1907 ലെ വിദഗ്ദ്ധസമിതി ഈ പോരായ്മ ചൂണ്ടിക്കാട്ടിയപ്പോൾ ഹൈക്കോടതികളുടെ അധികാരപരിധി വികസിപ്പിച്ചുകൊണ്ടുള്ള തീരുമാനം വൈസ്രോയ് ആയിരുന്ന മിന്റോ സ്വീകരിച്ചു. 1909 ലെ മോർലി–മിന്റോ ഭരണപരിഷ്കാരത്തിനുശേഷം പത്രങ്ങളെ നേരിട്ട് നിയന്ത്രിക്കുന്നതിനുള്ള വിപുലമായ അധികാരത്തോടെ 1910 ൽ പത്രനിയമം ഉണ്ടായി. പത്രങ്ങൾ ചെലുത്തിയ സമ്മർദ്ദം നിമിത്തം തിരുവിതാംകൂറിൽ പത്രനിയമം പ്രാബല്യത്തിലായില്ലെങ്കിലും രാജാവിന്റെ വിളംബരത്തിന്റെ അടിസ്ഥാനത്തിൽ *സ്വദേശാഭിമാനി* പത്രം നിരോധിക്കുന്നതിനും പത്രാധിപർ രാമകൃഷ്ണ പിള്ളയെ നാടുകടത്തുന്നതിനും കഴിഞ്ഞു. രാജാവിന്റെ ഹിതമല്ലാതെ ഏതെങ്കിലും നിയമത്തിന്റെ പിൻബലം ആ നടപടിക്ക് സാധൂകരണമായുണ്ടായിരുന്നോ എന്ന കാര്യം സംശയാസ്പദമാണ്.

ഇംഗ്ലണ്ടിൽ ലൈസൻസിങ് നിയമം 1694 ൽ ഇല്ലാതായി. മുൻപേയുള്ള അനുവാദമില്ലാതെ, എന്നാൽ ഭവിഷ്യത്തിനു വിധേയമായി, ആർക്കും എന്തും അച്ചടിക്കാമെന്ന അവസ്ഥയായി. അച്ചടിശാലകൾ നേടിയെടുത്ത ഈ മുദ്രണസ്വാതന്ത്ര്യമാണ് ഫ്രീഡം ഓഫ് ദ പ്രസ് എന്ന പേരിൽ പ്രസിദ്ധമായിത്തീർന്ന സ്വാതന്ത്ര്യം. ഇത് നേടിയെടുക്കുന്നതിൽ വലിയ പങ്കു വഹിച്ച ആളായിരുന്നു ജോൺ മിൽട്ടൺ. 1773 ലെ റഗുലേറ്റിങ് നിയമമനുസരിച്ച് ഈസ്റ്റ് ഇന്ത്യാ കമ്പനി ബ്രിട്ടീഷ് പാർലമെന്റിന്റെ നേരിട്ടുള്ള നിയന്ത്രണത്തിലായെങ്കിലും ഇന്ത്യയിലെ പത്രങ്ങളോട് കമ്പനി നിര്യാതനനയമാണ് തുടർന്നത്. ബ്രിട്ടനിൽ തെളിഞ്ഞു തുടങ്ങിയ വെളിച്ചം ഇന്ത്യയിലെത്തിയില്ല. യജമാനൻ സ്വന്തം നാട്ടിൽ അനുഭവിക്കുന്ന സ്വാതന്ത്ര്യം കോളനിയിലെ അടിമകൾക്ക് അനുവദിക്കാൻ അവർ തയ്യാറായില്ല.

1799 ൽ ഗവർണർ ജനറൽ പുറപ്പെടുവിച്ച റഗുലേഷൻസ് ആണ് ഇന്ത്യയിലെ ആദ്യത്തെ പത്രനിയമം. ആദ്യത്തെ പത്രത്തിന്റെ പ്രസിദ്ധീകരണം അവസാനിപ്പിച്ച് പതിനേഴ് വർഷങ്ങൾക്കു ശേഷമായിരുന്നു അത്. പ്രീ–സെൻസർഷിപ്പായിരുന്നു ഈ നിയമത്തിന്റെ സവിശേഷത. അച്ചടിക്കാനുള്ളതെല്ലാം ഗവൺമെന്റ് സെക്രട്ടറിയുടെ പരിശോധനയ്ക്ക് വിധേയമാക്കണം. പ്രീ–സെൻസർഷിപ്പ് നിർത്തലാക്കിയപ്പോൾ 1823 ൽ ലൈസൻസിങ് നിയമമായി. ഗവർണർ ജനറൽ നല്കുന്ന ലൈസൻസിന്റെ അടിസ്ഥാനത്തിൽ മാത്രം മുദ്രണം സാദ്ധ്യമാകുന്ന അവസ്ഥയുണ്ടായി. ലൈസൻസിങ് നിബന്ധനകൾക്കു പകരം 1835 ൽ മെറ്റ്കാഫിന്റെ നിയമം വന്നെങ്കിലും 1857 ൽ ലോർഡ് കാനിങ് ലൈസൻസിങ് സമ്പ്രദായം പുന:സ്ഥാപിച്ചു. വാണിജ്യസ്വഭാവമുള്ള അച്ചടിക്കു മാത്രമാണ് ലൈസൻസിങ് ബാധകമാകാതിരുന്നത്.

1878 ലാണ് കുപ്രസിദ്ധമായ വെർണാക്കുലർ പ്രസ് ആക്ട് വന്നത്. ഇന്ത്യൻ ഭാഷകളിലെ പ്രസിദ്ധീകരണങ്ങൾക്ക് ബാധകമാകുന്ന ഈ നിയമത്തിലെ വ്യവസ്ഥകൾ കഠിനമായിരുന്നു. കോടതിയുടെ അനുമതി യില്ലാതെ മുദ്രണാലയങ്ങളിൽ സെർച്ച് നടത്തുന്നതിനും രാജ്യദ്രോ ഹപരമായ ഉള്ളടക്കം പിടിച്ചെടുക്കുന്നതിനുമുള്ള അധികാരം എക്സി ക്യൂട്ടീവിനു ലഭിച്ചു. 1881 ൽ ഈ നിയമം പിൻവലിക്കപ്പെട്ടു. *അമൃത ബസാർ* പത്രികയുടെ ചരിത്രത്തിൽ മാത്രമാണ് ഇന്ന് ഈ കരിനിയമം ഓർമ്മി ക്കപ്പെടുന്നത്. നിയമം ഇംഗ്ലീഷ് പത്രങ്ങൾക്കു ബാധകമല്ലാതിരുന്നതിനാൽ ശിശിർ കുമാർ ഘോഷ് തന്റെ ബംഗാളി പത്രം പൊടുന്നനെ ഇംഗ്ലീഷി ലാക്കിയെന്നാണ് ചരിത്രം. കൈകൊണ്ട് അച്ചുകൾ നിരത്തി അച്ചടി നടത്തി യിരുന്ന കാലത്ത് ഭാഷാന്തരം അത്ര എളുപ്പത്തിൽ നടത്താൻ കഴിയുന്ന കാര്യമായിരുന്നില്ല.

വിധ്വംസകപ്രവൃത്തികൾക്ക് പ്രേരണയാകുന്നു എന്ന കുറ്റം ചുമത്തി പ്രസ് കണ്ടുകെട്ടുന്നതിനുള്ള അധികാരം മജിസ്ട്രേട്ടിനു നല്കുന്ന നി യമം 1908 ൽ ഉണ്ടായി. ഈ നിയമത്തിന്റെ കൂടുതൽ കഠിനമായ രൂപമാ യിരുന്നു 1910 ലെ ഇന്ത്യൻ പ്രസ് ആക്ട്. ഒന്നാം ലോകമഹായുദ്ധം ആരം ഭിച്ചതോടെ നിയന്ത്രണങ്ങൾ കൂടുതൽ കർക്കശമായി. ഫ്യൂഡൽ ആഡം ബരങ്ങളെ വിമർശിച്ചതിന്റെ പേരിൽ ഉദയ്പൂരിൽ 1920 ൽ *രാജസ്ഥാൻ പത്രിക* നിരോധിച്ചു. 1922 ൽ നിയന്ത്രണങ്ങളിൽ ഇളവുകൾ ഉണ്ടാ യെങ്കിലും 1931 ൽ നിസ്സഹകരണപ്രസ്ഥാനം ആരംഭിച്ചതോടെ പത്രങ്ങൾ ക്കുമേൽ അധികാരികൾ വീണ്ടും പിടിമുറുക്കി. പത്രങ്ങളെ നിയന്ത്രിക്കു ന്നതിനും നിരോധിക്കുന്നതിനുമുള്ള അനിയന്ത്രിതമായ അധികാരം എക് സിക്യൂട്ടീവിനുണ്ടായി. ബ്രിട്ടനിൽ ഇല്ലാതിരുന്ന അധികാരങ്ങളാണ് ഇന്ത്യ യിലെ ബ്രിട്ടീഷ് അധികാരികൾ പ്രയോഗിച്ചത്. ഇംഗ്ലണ്ടിൽ വിസ്മൃതി യിൽ തള്ളിയ സ്റ്റാർ ചേംബർ എന്ന അതിക്രൂരവിചാരണയുടെ പുനർ ജ്ജീവനമാണ് ഇന്ത്യയിൽ കണ്ടത്. പത്രങ്ങളെ സ്വതന്ത്രമാക്കുകയെന്നതല്ല നിയന്ത്രിക്കുകയോ നിരോധിക്കുകയോ ചെയ്യുകയെന്നതായിരുന്നു എല്ലാ നിയമങ്ങളുടെയും ഉദ്ദേശ്യം. ദുർവ്വഹമായ ജാമ്യത്തുക ആവശ്യപ്പെടുകയും അത് നിർബ്ബാധം കണ്ടുകെട്ടുകയും ചെയ്യുകയെന്നത് ബ്രിട്ടീഷ് ഉദ്യോ ഗസ്ഥരുടെ വിനോദമായിരുന്നു. *കേരളപത്രിക*യിൽ ബ്രിട്ടീഷ് സർക്കാരി നെതിരെ ലേഖനമെഴുതിയ പത്രാധിപർ ചെങ്കളത്ത് കുഞ്ഞിരാമ മേനോ നോട് ലേഖനം പിൻവലിച്ച് മാപ്പ് പറയണമെന്നാണ് ഡെപ്യൂട്ടി കളക്ടർ ആവശ്യപ്പെട്ടത്. പത്രാധിപർ വിസമ്മതിച്ചു. പകരം 51 രൂപ പിഴയൊടു ക്കി. അന്നത്തെ 51 രൂപയുടെ മൂല്യം വളരെ വലുതായിരുന്നുവെന്ന് പ്രത്യേ കം പറയേണ്ടതില്ലല്ലോ. കോൺഗ്രസിന്റെ നയങ്ങളും ആശയങ്ങളും പ്രചരി പ്പിച്ചിരുന്ന ഈ പ്രതിവാരപത്രം ബ്രിട്ടീഷുകാരുടെ കണ്ണിലെ കരടായതിൽ അത്ഭുതമില്ല. പത്രങ്ങളെ ശിക്ഷിക്കുന്നതിനൊപ്പം ശിക്ഷ പരിമിതപ്പെടു ത്തുന്നതിനുള്ള ശ്രമവുമുണ്ടായി. അങ്ങനെയാണ് ആറു മാസം തടവും രണ്ടായിരം രൂപ പിഴയുമെന്ന പരമാവധി ശിക്ഷ 1925 ൽ ഉണ്ടായത്. അതി

പ്പോഴും നിലനില്ക്കുന്നു. ദൈവദത്തമാണ് രാജാധികാരം എന്ന വിശ്വാസത്തിൽ അധിഷ്ഠിതമായി രാജാവ് തെറ്റുചെയ്യില്ലെന്ന വിശ്വാസമുണ്ടായി. രാജാധികാരത്തിന്റെ ഭാഗം തന്നെയാണ് ജഡ്ജിമാർ കൈയാളുന്ന അധികാരം എന്ന ധാരണയിൽ ജഡ്ജിമാരും തെറ്റുചെയ്യില്ലെന്ന വിശ്വാസമുണ്ടായി. എല്ലാ വിശ്വാസവും അന്ധവിശ്വാസമാകുന്നതുപോലെ ഈ വിശ്വാസവും അബദ്ധമാണെന്ന് ബോദ്ധ്യമുള്ളവർ കോടതിയെ വിമർശിക്കാൻ മടി കാണിച്ചില്ല.

ഭരണഘടന നല്കുന്ന അധികാരം

ഭരണഘടനാനിർമ്മാണസഭയിൽ കാര്യമായി ചർച്ച ചെയ്യപ്പെടാതെപോയ വിഷയമാണ് കോടതിയലക്ഷ്യം. പത്രസ്വാതന്ത്ര്യത്തെക്കുറിച്ച് പരാമർശമില്ലാത്ത ഭരണഘടനയിൽ അഭിപ്രായപ്രകടനസ്വാതന്ത്ര്യത്തെ നിയന്ത്രിക്കുന്നതിനുള്ള സാഹചര്യങ്ങളിൽ ഒന്നായി കോടതിയലക്ഷ്യം ചേർക്കപ്പെട്ടു. ഭരണഘടനാനിർമ്മാണത്തിന്റെ അവസാനഘട്ടത്തിൽ ടി ടി കൃഷ്ണമാചാരിയുടെ നിർദ്ദേശം സ്വീകരിച്ചുകൊണ്ടാണ് ഇങ്ങനെ ചെയ്തത്. ജഡ്ജിമാർക്കെതിരെ രൂക്ഷമായ വിമർശനമുയർന്നപ്പോൾ സഭാദ്ധ്യക്ഷൻ ഇടപെട്ട് അതു തടയുകയായിരുന്നു. തെറ്റ് ചെയ്യുന്ന ജഡ്ജിമാർ ഉണ്ടായേക്കാം; പക്ഷേ, ജുഡീഷ്യറിയെ മൊത്തത്തിൽ ആക്ഷേപിക്കുന്നത് ശരിയല്ലെന്ന് അദ്ദേഹം പറഞ്ഞു.

കോടതിയലക്ഷ്യത്തിന് ശിക്ഷിക്കുന്നതിനുള്ള അധികാരം സുപ്രീം കോടതിക്കും ഹൈക്കോടതികൾക്കും ഭരണഘടനയാണ് നല്കിയിട്ടുള്ളത്. ആയതിനാൽ അത് എടുത്തുകളയണമെങ്കിൽ ഭരണഘടന ഭേദഗതി ചെയ്യേണ്ടിവരും. 1963 ൽ സന്യാൽ കമ്മിറ്റിയും 1971 ലെ രാജ്യസഭാ ചർച്ചയിൽ നിയമമന്ത്രി എച്ച് ആർ ഗോഖലെയും ഈ തടസ്സവാദം ഉന്നയിച്ചിട്ടുണ്ട്. വാദം ശരിയാണെങ്കിലും കോടതിയലക്ഷ്യവിഷയത്തിൽ പാർലമെന്റിന് നിയമനിർമ്മാണാധികാരം നല്കിയിരിക്കുന്നതും ഭരണഘടനയാണ്. കോടതിയലക്ഷ്യത്തിന് ശിക്ഷിക്കുന്നതിനുള്ള അധികാരത്തോടെയാണ് സുപ്രീം കോടതിയെയും ഹൈക്കോടതികളെയും കോർട്ട് ഓഫ് റെക്കോഡ് ആക്കിയിരിക്കുന്നത്. എന്താണ് കോർട്ട് ഓഫ് റെക്കോഡ് എന്നതുകൊണ്ട് ഉദ്ദേശിക്കുന്നതെന്ന കാര്യത്തിൽ വ്യക്തതയോ വിശദീകരണമോ ഇല്ല. ഇംഗ്ലീഷ് പദാവലിയിൽനിന്ന് സ്വീകരിച്ച ഒരു പ്രയോഗം മാത്രമാണത്. നടപടികൾ പിന്നീടുള്ള കേസുകളിൽ റഫറൻസിനുവേണ്ടി റിക്കോർഡ് ചെയ്യുന്ന ഉയർന്ന കോടതി എന്ന് വിശദീകരിച്ചു പറയാം. അർത്ഥം എന്തുതന്നെയായാലും കോടതിയലക്ഷ്യത്തിന് ശിക്ഷിക്കുന്നതിനുള്ള അധികാരവുമായി അതിന് യാതൊരു ബന്ധവുമില്ല. അഭിപ്രായപ്രകടനസ്വാതന്ത്ര്യത്തിനുമേലുള്ള അന്യായമായ നിയന്ത്രണം എന്ന ആക്ഷേപമില്ലാതെയും കോടതിയലക്ഷ്യത്തിന് ശിക്ഷിക്കുന്നതിനുള്ള സുപ്രീം കോടതിയുടെയും ഹൈക്കോടതികളുടെയും അധികാരത്തെ

നിലനിർത്തിക്കൊണ്ടും ഈ വിഷയത്തിൽ പാർലമെന്റിന് നിയമനിർമ്മാണം നടത്താമെന്നതാണ് ഇപ്പോഴത്തെ അവസ്ഥ.

1971 ലെ ബിൽ ജോയിന്റ് സെലക്ട് കമ്മിറ്റിക്കു വിട്ടപ്പോൾ ഒരു മൈനോറിറ്റി റിപ്പോർട്ടുണ്ടായി. ഭൂപേഷ് ഗുപ്ത, വി വിശ്വനാഥ മേനോൻ, എസ് എം ബാനർജി, ഡി സെൻ ഗുപ്ത എന്നിവരായിരുന്നു മൈനോറിറ്റി. പ്രത്യയശാസ്ത്രത്തിന്റെയും സിദ്ധാന്തത്തിന്റെയും അടിസ്ഥാനത്തിൽ കോടതിക്കും ജഡ്ജിമാർക്കും എതിരെ നടത്തുന്ന വിമർശം കോടതിയലക്ഷ്യമായി കാണരുതെന്ന് മൈനോറിറ്റി റിപ്പോർട്ടിൽ പറയുന്നു. ശിക്ഷയുടെ ദണ്ഡ് നിശ്ശബ്ദതയ്ക്കുള്ള ഉപകരണമാകരുത്. പരിഗണനയിലിരിക്കുന്ന കേസുകളിൽ പൊതുതാല്പര്യമുണ്ടെങ്കിൽ പൊതുസമൂഹത്തിന് അതേക്കുറിച്ച് അഭിപ്രായം പറയാൻ അവസരമുണ്ടാകണം. ഈ മൈനോറിറ്റി റിപ്പോർട്ട് സ്വീകരിക്കപ്പെട്ടിരുന്നുവെങ്കിൽ ഇ എം എസിനെതിരെയുള്ള കോടയിയലക്ഷ്യക്കേസിന് നിലനില്പുണ്ടാകുമായിരുന്നില്ല.

എഴുപതുകളുടെ ആരംഭം കോടതികളെ സംബന്ധിച്ച് പ്രയാസകരമായ കാലമായിരുന്നു. എക്സിക്യൂട്ടീവുമായും പാർലമെന്റുമായും ജുഡീഷ്യറി സംഘർഷത്തിലായ നിരവധി സന്ദർഭങ്ങളുണ്ടായി. ബാങ്കുകളുടെ ദേശസാല്ക്കരണം, രാജാക്കന്മാരുടെ പ്രിവി പഴ്സ് നിർത്തലാക്കൽ, പത്രങ്ങളുടെ പേജ്–വില നിയന്ത്രണം എന്നിങ്ങനെ പ്രധാനപ്പെട്ട നിരവധി വിഷയങ്ങൾ ഉയർന്നുവന്നു. ഭരണകൂടത്തിന് അസൗകര്യമുളവാക്കുന്ന വിധികളും ഉത്തരവുകളും കോടതികൾ നിരന്തരം നല്കുന്നത് എക്സിക്യൂട്ടീവിനെയും അസ്വസ്ഥമാക്കി. 1973 ലെ കേശവാനന്ദ ഭാരതി കേസിലെ ഭൂരിപക്ഷവിധി ജുഡീഷ്യറിയുമായുള്ള ഏറ്റുമുട്ടലിലേക്ക് വഴിയൊരുക്കി. മൂന്ന് സീനിയർ ജഡ്ജിമാരെ മറികടന്നുകൊണ്ട് നാലാമനെ ചീഫ് ജസ്റ്റിസാക്കിയതിലൂടെ പ്രധാനമന്ത്രി ജുഡീഷ്യറിക്ക് ബോദ്ധ്യമാകുന്ന ഭാഷയിൽ മുന്നറിയിപ്പ് നല്കി. 1975 ലെ അടിയന്തരാവസ്ഥയിലേക്ക് നയിച്ച സംഭവങ്ങളിലും ജുഡീഷ്യറിയുടെ പങ്ക് വലുതായിരുന്നു. അടിയന്തരാവസ്ഥയുടെ മൂർദ്ധന്യത്തിൽ നാൽപ്പത്തിരണ്ടാം ഭേദഗതിയിലൂടെ കോടതിയുടെ അധികാരം ഗണ്യമായി പരിമിതപ്പെടുത്തുന്നതിൽ എക്സിക്യൂട്ടീവ് വിജയിച്ചു. രാഷ്ട്രീയചർച്ചയുടെ അണിയത്തും അമരത്തും ജുഡീഷ്യറി പ്രതിഷ്ഠിതമായി. സുപ്രീം കോടതി വിധേയമായപ്പോഴും ഹൈക്കോടതികൾ പിടിച്ചുനിന്നു. ജഡ്ജിമാരെ സ്ഥിരപ്പെടുത്താതിരിക്കുക, തോന്നുംപടി സ്ഥലംമാറ്റുക തുടങ്ങിയ വിക്രിയകളെ അവഗണിച്ചുകൊണ്ട് ആർജ്ജവം പ്രകടിപ്പിക്കാൻ ഹൈക്കോടതികൾക്കു കഴിഞ്ഞു. അടിയന്തരാവസ്ഥയ്ക്കെതിരെ ഒൻപത് ഹൈക്കോടതികൾ നല്കിയ വിധികളിൽനിന്നാണ് സുപ്രീം കോടതിയുടെ യശസ്സ് കെടുത്തിയ ഹേബിയസ് കോർപസ് കേസുണ്ടായത്. ഹൈക്കോടതികൾ സധൈര്യം പ്രകടിപ്പിച്ച നീതിബോധവും ഭരണഘടനയിലുള്ള വിശ്വാസവും സുപ്രീം കോടതിക്ക് പ്രകടിപ്പിക്കാനായില്ല.

ഈ പശ്ചാത്തലത്തിലാണ് 1971 ലെ കോടതിയലക്ഷ്യനിയമത്തെ

വിലയിരുത്തേണ്ടത്. കോടതിയുടെ അന്തസ്സും അധികാരവും നിലനിർത്തുന്നതിന് കോടതിയലക്ഷ്യത്തിന് ശിക്ഷിക്കുന്നതിനുള്ള അധികാരം അനുപേക്ഷണീയമാണെന്ന പൊതുധാരണയുണ്ട്. കോടതിവിധികൾ അനുസരിക്കുന്ന കാര്യത്തിൽ ഉദ്യോഗസ്ഥർ കാണിക്കുന്ന അലംഭാവം ഈ നിലപാടിനെ ന്യായീകരിക്കുന്നു. കോടതിയലക്ഷ്യത്തിന് ഹർജി നല്കിയാലും കഴിയുന്നത്ര നീട്ടിക്കൊണ്ടുപോകാനാണ് ഉദ്യോഗസ്ഥരുടെ ശ്രമം. ഗവൺമെന്റ് പ്ലീഡർ കേസ് നോക്കുമെന്നതുകൊണ്ട് അവർക്ക് പ്രത്യേകിച്ച് പ്രയാസമൊന്നും ഉണ്ടാകുന്നില്ല. സിവിൽ കോടതിയലക്ഷ്യ ക്കേസുകളിൽ ശിക്ഷ ഉണ്ടാകുന്നില്ല എന്നതും താന്തോന്നികളായ ഉദ്യോഗസ്ഥർക്ക് പ്രോത്സാഹനമാണ്. വിമർശകർ മാത്രമാണ് എപ്പോഴും ശിക്ഷിക്കപ്പെടുന്നത്.

ബരദ്കാന്ത് മിശ്രയുടെ കേസ് ഈ ഘട്ടത്തിൽ പരിശോധന അർഹിക്കുന്ന ഒന്നാണ്. കീഴ്ക്കോടതിയുടെ ഭാഗമായിരുന്ന മിശ്ര ഒരേസമയം കോടതിയലക്ഷ്യനിയമത്തിന്റെ ഇരയും പ്രയോക്താവുമായിരുന്നു. ഹിന്ദു റിലിജിയസ് എൻഡവ്മെന്റ് അഡീഷണൽ കമ്മീഷണർ ആയിരിക്കെ ഒറീസ ഹൈക്കോടതിയുടെ നിർദ്ദേശം അനുസരിച്ചില്ലെന്ന കുറ്റത്തിനാണ് മിശ്രയ്ക്കെതിരെ 1972 ൽ നടപടി ആരംഭിച്ചത്. മിശ്രയുടെ ന്യായീകരണം ഹൈക്കോടതിക്ക് സ്വീകാര്യമായില്ല. അപ്പീലിൽ സുപ്രീം കോടതി മിശ്രയ്ക്കെതിരായ നിലപാട് സ്വീകരിച്ചു. മിശ്ര നീതിനിർവ്വഹണത്തിൽ ഇടപെടുകയോ കോടതിയെ അപവദിക്കുകയോ ചെയ്തിട്ടില്ലെന്ന സി കെ ദഫ്താരിയുടെ വാദം സുപ്രീം കോടതി തള്ളി. 1971 ലെ കോടതിയലക്ഷ്യനിയമത്തിനുമുമ്പേ സംഭവിച്ച കാര്യങ്ങളായിരുന്നു കേസിന് ആസ്പദമായതെങ്കിലും കേസ് തീരുമാനിച്ചത് 1971 ലെ നിയമത്തെ അടിസ്ഥാനമാക്കിയായിരുന്നു. 1966 ൽ തന്നെ പദവിയിൽനിന്ന് തരം താഴ്ത്തിയതിനെതിരെ മിശ്ര നല്കിയ ഹർജി ഹൈക്കോടതിയും സുപ്രീം കോടതിയും തള്ളിയ പശ്ചാത്തലമുണ്ട്. മിശ്രയ്ക്കെതിരെ ഉണ്ടായ അച്ചടക്ക നടപടിയിലും ഹൈക്കോടതി ഇടപെട്ടില്ല. ഭരണപരമായ അധികാരങ്ങൾ പരിമിതപ്പെടുത്തിക്കൊണ്ട് മിശ്രയെ 1971 ൽ ജില്ലാ–സെഷൻസ് ജഡ്ജിയായി നിയമിച്ചു. അദ്ദേഹത്തിന്റെ പ്രവർത്തനത്തെ സംബന്ധിച്ച് പ്രതികൂലമായ റിപ്പോർട്ടുകൾ ഉണ്ടായതിന്റെ അടിസ്ഥാനത്തിൽ കോടതിയലക്ഷ്യ നടപടികളിലേക്ക് കാര്യങ്ങൾ നീങ്ങി. അദ്ദേഹം സസ്പെൻഡ് ചെയ്യപ്പെട്ടു. ഹൈക്കോടതിയുടെ നടപടിയെ ചോദ്യംചെയ്ത് മിശ്ര ഗവർണർക്ക് പരാതി നല്കി. കോടതിയലക്ഷ്യത്തിന് നോട്ടീസ് കിട്ടിയപ്പോൾ അത് റദ്ദാക്കുന്നതിന് മിശ്ര സുപ്രീം കോടതിയെ സമീപിച്ചു. അപേക്ഷ നിരാകരിക്കപ്പെട്ടു. സുപ്രീം കോടതിയിൽ ഉന്നയിച്ച കാര്യങ്ങളെ അടിസ്ഥാനമാക്കി വീണ്ടും കോടതിയലക്ഷ്യത്തിനു നടപടിയുണ്ടായി. മിശ്രയെ കുറ്റക്കാരനായി കണ്ട ഹൈക്കോടതി രണ്ടു മാസത്തെ തടവിനു ശിക്ഷിച്ചു. അതിനെതിരെ നല്കിയ അപ്പീൽ സുപ്രീം കോടതി തള്ളി. തനിക്കെതിരെ ശിക്ഷ വിധിച്ച ജഡ്ജിക്കും ഹൈക്കോടതി ചീഫ് ജസ്റ്റിസിനുമെതിരെ മിശ്ര ഈ

ഘട്ടത്തിൽ കോടതിയലക്ഷ്യക്കുറ്റം ആരോപിച്ചു. അഡ്വക്കേറ്റ് ജനറലിന്റെ അനുമതിയില്ലാതെ ഫയൽ ചെയ്ത കോടതിയലക്ഷ്യഹർജി നിലനില്ക്കില്ലെന്ന കാരണത്താൽ ഹൈക്കോടതി തള്ളി. ഇതിനെതിരെ സുപ്രീം കോടതിയിൽ സമർപ്പിച്ച ഹർജി നിരാകരിക്കപ്പെട്ടു. ഹൈക്കോടതി ചീഫ് ജസ്റ്റിസിനും ജഡ്ജിക്കുമെതിരെയുള്ള ആക്ഷേപം ഉൾപ്പെടുത്തി മിശ്ര ഒരു പത്രാധിപർക്ക് കത്തയച്ചു. ഇതിന്റെ അടിസ്ഥാനത്തിൽ ഒറീസ ഹൈക്കോടതി മിശ്രയെ മൂന്നു മാസത്തെ തടവിനു ശിക്ഷിച്ചു.

ബരദ്കാന്ത മിശ്ര കേസുകൾ ഇങ്ങനെ വിവരിച്ചു പോകാവുന്ന ഒരു കഥ മാത്രമല്ല. കോടതിയലക്ഷ്യനിയമത്തിന്റെ പ്രയോഗസാദ്ധ്യതകൾ വെളിപ്പെടുത്തുന്ന കേസുകളാണിവ. വെട്ടുന്നതിനും തടുക്കുന്നതിനും ഒരുപോലെ കരുത്തുള്ള നിയമമാണത്.

പത്രങ്ങൾ പ്രതിക്കൂട്ടിൽ

പത്രങ്ങൾ പ്രതിസ്ഥാനത്തു വരുന്ന കോടതിയലക്ഷ്യക്കേസുകൾ നിരവധിയാണ്. കോടതിയെ അപവദിക്കുകയെന്ന വിഭാഗത്തിൽപ്പെടുന്നവയാണ് ഇത്തരം കേസുകൾ. സബ് ജുഡീസായ കേസുകളിൽ അഭിപ്രായം പറയുന്നതിന്റെ പേരിലുള്ള കോടതിയലക്ഷ്യമാണ് പത്രങ്ങൾ നേരിടുന്ന മറ്റൊരു വിഭാഗം കേസുകൾ. പരാജയപ്പെടുന്ന വ്യവഹാരിയുടെ വ്യഥയിൽ നിന്നാണ് കോടതിക്കെതിരെ അപവാദമുണ്ടാകുന്നത്. അങ്ങാടിയിൽ കേൾക്കുന്ന അപവാദം പ്രചരിപ്പിച്ചും പത്രങ്ങൾ കുഴപ്പത്തിൽ ചാടും. ഗൗരവമായ വിഷയത്തെ അടിസ്ഥാനമാക്കി കോടതിയലക്ഷ്യ നടപടി ഉണ്ടാകുന്നത് അപൂർവ്വമാണ്. രണ്ട് ട്വീറ്റുകളെ അടിസ്ഥാനമാക്കിയാണ് പ്രശാന്ത് ഭൂഷണെതിരെ കോടതിയലക്ഷ്യത്തിനു നടപടിയുണ്ടായത്. ചീഫ് ജസ്റ്റിസിനെ വ്യക്തിപരമായി പരിഹസിക്കുന്നതാണ് ഒരു ട്വീറ്റ്. ഒരു അതിവേഗ ആഡംബര അമേരിക്കൻ ബൈക്കിൽ ചീഫ് ജസ്റ്റിസ് ഇരിക്കുന്ന ചിത്രത്തിനുള്ള അടിക്കുറിപ്പായിരുന്നു അത്. ചീഫ് ജസ്റ്റിസുമാർക്കെതിരെയുള്ള പൊതുവായ പരാമർശമായിരുന്നു രണ്ടാമത്തേത്. കോടതിയലക്ഷ്യത്തെ ബാധിക്കുന്ന ഗൗരവമുള്ള വിഷയങ്ങൾ ഇത്തരം കേസുകളിൽ ഉത്ഭവിക്കുന്നില്ല.

രാഷ്ട്രീയനേതാക്കൾ ജഡ്ജിമാർക്കെതിരെ നടത്തുന്ന പരാമർശങ്ങൾ കോടതിയലക്ഷ്യമായി മാറാറുണ്ട്. ഇന്ദിര ഗാന്ധിയുടെ പ്രസ്താവന *ടൈംസ് ഓഫ് ഇന്ത്യ* റിപ്പോർട്ട് ചെയ്തതിനെ അടിസ്ഥാനമാക്കി അങ്ങനെയൊരു കേസുണ്ടായി. അലഹബാദ് ഹൈക്കോടതിൽ തനിക്കെതിരെയുണ്ടായ പ്രസിദ്ധമായ തിരഞ്ഞെടുപ്പ് കേസിലെ വിധി കോടതി തീരുമാനിക്കുന്നതിനുമുമ്പേ ചില രാഷ്ട്രീയക്കാർക്ക് അറിയാമായിരുന്നുവെന്നാണ് ഇന്ദിര ഗാന്ധി നടത്തിയ പ്രസ്താവന. പ്രസ്താവനയുടെ പൂർണ്ണരൂപം തന്റെ കുറിപ്പുകളിൽനിന്ന് നല്കാനാവില്ലെന്ന് പത്രത്തിന്റെ ലേഖകൻ മുഹമ്മദ് ഷമിം കോടതിയെ അറിയിച്ചു. ഇന്ദിര ഗാന്ധിയുടെ

കൃത്യമായ വാക്കുകൾ ഹാജരാക്കാൻ ഹർജിക്കാരനു കഴിയാതിരുന്ന സാഹചര്യത്തിൽ അവർക്കെതിരെയുള്ള ഹർജി തള്ളി. റിപ്പോർട്ടറുടെ ഖേദപ്രകടനം കോടതി സ്വീകരിച്ചു.

1971 ലെ നിയമമനുസരിച്ച് പ്രധാനപ്പെട്ട ഒരു കേസുണ്ടായത് 1978 ലാണ്. അടുത്ത ചീഫ് ജസ്റ്റിസ് ആരായിരിക്കുമെന്നതിനെക്കുറിച്ച് പല തരത്തിലുള്ള വർത്തമാനങ്ങൾ നടക്കുന്ന കാലമായിരുന്നു അത്. അടിയന്തരാവസ്ഥക്കാലത്തെ ഹേബിയസ് കോർപ്പസ് കേസിൽ തീരുമാനമെടുത്ത ജഡ്ജിമാർ ഭീരുക്കളെപ്പോലെ പെരുമാറിയെന്ന് ബോംബെയിലെ ചില അഭിഭാഷകർ പറഞ്ഞതായി *ടൈംസ് ഓഫ് ഇന്ത്യ* റിപ്പോർട്ട് ചെയ്തു. ഹേബിയസ് കോർപസ് കേസിൽ വിധിയെഴുതിയ ന്യായാധിപരെ അധിക്ഷേപിച്ചുകൊണ്ട് *ടൈംസ് ഓഫ് ഇന്ത്യ* കോടതിയലക്ഷ്യം നടത്തിയതായി ചീഫ് ജസ്റ്റിസ് ബേഗ് അഭിപ്രായപ്പെട്ടു. ഗവൺമെന്റിനു അനുകൂലമായി വിധിയെഴുതിയ നാല് പേരിൽ ഒരാളായിരുന്നു ബേഗ്. വിയോജനവിധിയെഴുതിയ എച്ച് ആർ ഖന്നയെ ഒഴിവാക്കി ഇദ്ദേഹത്തെയാണ് ഇന്ദിര ഗാന്ധി ചീഫ് ജസ്റ്റിസാക്കിയത്. വ്യവഹാരത്തിലെ തോൽവിയിൽനിന്നുണ്ടാകുന്ന സാധാരണക്കാരുടെ പ്രതികരണംപോലെയല്ല കോടതിയുടെതന്നെ ഭാഗമായ അഭിഭാഷകരുടെ അഭിപ്രായമെന്ന് ബേഗ് പറഞ്ഞു. പക്ഷേ, ജഡ്ജിമാരായ ഉന്ത്വാലിയയ്ക്കും കൈലാസത്തിനും വ്യത്യസ്തമായ അഭിപ്രായമായിരുന്നു. പരിഗണന അർഹിക്കുന്ന കേസല്ല ഇതെന്ന് അവർ പറഞ്ഞു. കൂടെയുണ്ടായിരുന്ന *ഇന്ത്യൻ എക്സ്പ്രസ്* കേസും ഇതേ ന്യായത്തിൽ അവസാനിപ്പിച്ചു. നിയമത്തിൽ അവശ്യം വേണ്ടതായ വ്യക്തത വരുത്തുന്നതിനും മാർഗ്ഗദർശനം നല്കുന്നതിനും ഈ നടപടികളൊന്നും നിർഭാഗ്യവശാൽ സഹായകമായില്ല.

ഉത്തർപ്രദേശിലെ ഉമറിയ ലഘുലേഖാ കേസും ഈ വിഷയത്തെ അതിന്റെ സമഗ്രതയിൽ പരിശോധിക്കുന്നതിനുള്ള അവസരം സുപ്രീം കോടതിക്കു നല്കി. ഒരു മജിസ്ട്രേട്ടിന്റെ തലതിരിഞ്ഞ പ്രവർത്തനത്തെക്കുറിച്ചായിരുന്നു ലഘുലേഖയിലെ പ്രതിപാദനം. മജിസ്ട്രേട്ടിന്റെ തെറ്റായ വിധി അപ്പീലിൽ തിരുത്തിയത് ചൂണ്ടിക്കാണിച്ചുകൊണ്ടായിരുന്നു വിമർശനം. ന്യായമായ അഭിപ്രായപ്രകടനമാണ് താൻ നടത്തിയതെന്നും അത് നീതിനിർവ്വഹണത്തെ ഒരു വിധത്തിലും ബാധിച്ചിട്ടില്ലെന്നും പ്രതി വാദിച്ചു. ഹൈക്കോടതി നല്കിയ ജയിൽശിക്ഷ ഒഴിവാക്കി ജസ്റ്റിസ് ദേശായി കേസ് ഒരു രൂപ പിഴയിൽ അവസാനിപ്പിച്ചു.

ന്യായമായ അഭിപ്രായപ്രകടനമെന്ന അനുവദനീയമായ വാദത്തിന്റെ സാധുത 1971 ലെ നിയമത്തെ അടിസ്ഥാനമാക്കി പരിശോധിക്കാൻ കോടതി തയ്യാറായില്ല. അന്തിമമായി തീർപ്പ് കല്പിക്കപ്പെടാത്ത കേസിൽ ന്യായമായ അഭിപ്രായപ്രകടനം അനുവദിക്കില്ല. കേസ് നിലനില്ക്കെയുള്ള അഭിപ്രായപ്രകടനത്തിന്റെ സാധുത 1974 ലെ ടെക്സ്റ്റ് ബുക്ക് പ്രസ് റിലീസ് കേസിൽ സുപ്രീം കോടതി പരിശോധിച്ചു. സ്കൂൾ പാഠപുസ്തകങ്ങളെ സംബന്ധിക്കുന്ന കേസുകൾ നിലവിലിരിക്കെ ഗവൺമെന്റ് പുറപ്പെടുവി

ച്ച ഒരു പ്രസ് റിലീസായിരുന്നു കേസിലെ വിഷയം. കേസുകൾ നിലവിലുള്ളതിനാൽ പാഠപുസ്തകങ്ങൾ യഥാസമയം വിതരണം ചെയ്യാൻ കഴിയുന്നില്ലെന്ന കാര്യമാണ് പ്രസ് റിലീസിൽ വിശദീകരിച്ചത്. പത്രക്കുറിപ്പിൽ വസ്തുതാപരമായ ചില പിശകുകൾ ഉണ്ടെങ്കിലും അത് കേസിനെ ബാധിക്കില്ലെന്ന് ജസ്റ്റിസ് പി എൻ ഭഗവതി പറഞ്ഞു.

പൊതുപ്രാധാന്യമുള്ള വിഷയങ്ങൾ ചർച്ച ചെയ്യുന്നതിനുള്ള പൊതുജനത്തിന്റെ അവകാശം ജഡ്ജിമാരുടെ സീനിയോറിറ്റി മറികടക്കൽ കേസിൽ ഡൽഹി ഹൈക്കോടതി പരിശോധിച്ചു. കേശവാനന്ദ ഭാരതി കേസിലെ ന്യൂനപക്ഷവിധിയിലൂടെ ഗവൺമെന്റിന് അഭിമതനായിത്തീർന്ന എ എൻ റേയെ ഭൂരിപക്ഷത്തിന്റെ ഭാഗമായി ഗവൺമെന്റിന് അനഭിമതരായിത്തീർന്ന ഷേലത്ത്, ഹെഗ്ഡെ, ഗ്രോവർ എന്നീ മുതിർന്ന മൂന്ന് ജഡ്ജിമാരെ മറികടന്നുകൊണ്ട് ചീഫ് ജസ്റ്റിസായി നിയമിക്കുന്നതിനുള്ള തീരുമാനത്തിനെതിരെ ഉയർന്ന പൊതുവിമർശനമായിരുന്നു വിഷയം. ചർച്ചയിൽ പങ്കുചേർന്നുകൊണ്ട് മുൻ ചീഫ് ജസ്റ്റിസ് കെ സുബ്ബ റാവു *സ്റ്റേറ്റ്സ്മാൻ* പത്രത്തിൽ ലേഖനമെഴുതി. ഇതാണ് കോടതിയലക്ഷ്യക്കേസിന് കാരണമായത്. ഇത്തരം വിഷയങ്ങളിൽ അഭിപ്രായം പ്രകടിപ്പിക്കുന്നതിനുള്ള വ്യക്തികളുടെ സ്വാതന്ത്ര്യത്തെ സംരക്ഷിക്കണമെന്നാണ് കല്ക്കട്ട ഹൈക്കോടതി പറഞ്ഞത്. ചീഫ് ജസ്റ്റിസിന്റെ നിയമനമെന്നത് ജുഡീഷ്യറിയെ മാത്രം ബാധിക്കുന്ന കാര്യമല്ലെന്നും ചീഫ് ജസ്റ്റിസ് ആൻഡ്‌ലി പറഞ്ഞു.

പൊതുസംവാദത്തിനുള്ള പൊതുജനത്തിന്റെ അവകാശം 1971 ലെ കോടതിയലക്ഷ്യനിയമം എപ്രകാരം സംരക്ഷിക്കുന്നുവെന്ന കാര്യത്തിൽ കോടതികൾ വ്യക്തത വരുത്തിയിട്ടില്ല. സൂപ്പർസെഷൻ കേസിൽ പൊതുചർച്ച തടയുന്ന അധികാരപ്രയോഗം കോടതി നടത്തിയില്ല. ചീഫ് ജസ്റ്റിസിന്റെ നിയമനത്തെക്കുറിച്ച് കോടതിയലക്ഷ്യം ആരോപിക്കപ്പെട്ട ലേഖനം എഴുതിയത് ഒരു മുൻ ചീഫ് ജസ്റ്റിസായിരുന്നു എന്ന അവസ്ഥയും പരിഗണിക്കാതിരിക്കാൻ കഴിയുമായിരുന്നില്ല. ചിലപ്പോൾ കാര്യങ്ങൾ അങ്ങനെയാണ്. സുപ്രീം കോടതിയെ നിശിതമായി വിമർശിച്ച പ്രസംഗം കേരള ഹൈക്കോടതിയുടെ രജതജൂബിലി സമ്മേളനത്തിൽ ജസ്റ്റിസ് വി ആർ കൃഷ്ണയ്യർ നടത്തി. തിലക് മാർഗ്ഗിലെ ആ ചെങ്കൽസൗധം ജനങ്ങൾ ഇടിച്ചുതകർക്കുമെന്ന വിധ്വംസകമെന്നു വിശേഷിപ്പിക്കാവുന്ന പ്രസംഗമാണ് കൃഷ്ണയ്യർ നടത്തിയത്. വിൻസെന്റ് പാനികുളങ്ങര എന്ന അഭിഭാഷകൻ അതിനെതിരെ കോടതിയലക്ഷ്യത്തിന് ഹർജി നല്കിയപ്പോൾ കേൾക്കാൻ ഒരു കോടതിയും തയ്യാറായില്ല. ഒടുവിൽ ചീഫ് ജസ്റ്റിസ് സുബ്രഹ്മണ്യൻ പോറ്റി ചില പൊതുതത്ത്വങ്ങൾ ചൂണ്ടിക്കാട്ടി ഹർജി തള്ളി. ഇ എം എസിനെ ശിക്ഷിച്ച വിധി പരാമർശിച്ചപ്പോൾ ഇപ്പോളാണെങ്കിൽ വിധി അങ്ങനെ ആകുമായിരുന്നില്ലെന്നു മാത്രം ചീഫ് ജസ്റ്റിസ് പറഞ്ഞു.

കേസ് സജീവമായിരിക്കുമ്പോഴും അക്കാദമിക് സ്വഭാവത്തിലുള്ള ചർച്ച ആകാമെന്നതാണ് കോടതികളുടെ പൊതുവായ നിലപാട്. കർ

ഫ്യൂവിനെതിരെ കേസുകൾ നിലനില്ക്കെ കർഫ്യൂ നിയമത്തെക്കുറിച്ച് *ഡെക്കാൺ ക്രോണിക്കിൾ* ലേഖനം പ്രസിദ്ധപ്പെടുത്തി. നിലവിലുള്ള ഒരു കേസിനെക്കുറിച്ചും ലേഖനത്തിൽ പരാമർശമില്ലായിരുന്നു. സൺഡേ ടൈംസ് വാദിയായ താലിഡൊമൈഡ് കേസിലെ പൊതുതാല്പര്യവാദം ഈ കേസിലും ഉയർത്തപ്പെട്ടു. അത്തരം അഭിപ്രായപ്രകടനത്തിന്റെ പരിധിയും പരിമിതിയും ഈ കേസിൽ പക്ഷേ, നിർണ്ണയിക്കപ്പെട്ടില്ല.

വിഖോലി ലഹളക്കേസ് വീണ്ടും സബ് ജുഡീസ് എന്ന വിഷയം ഉയർത്തിക്കൊണ്ടുവന്നു. പ്രതികളെ കോടതിയിൽ ഹാജരാക്കിയതിനു ശേഷം ലഹളെയെക്കുറിച്ച് ചില ലഘുലേഖകൾ ഇറങ്ങുകയും പ്രസംഗങ്ങൾ നടക്കുകയും ചെയ്തു. ഒരു ജുഡീഷ്യൽ ഓഫീസറുടെ ഔദ്യോഗികമായ ശ്രദ്ധയിൽ കേസ് എത്തുന്നതോടെ അത് പെൻഡിങ് എന്ന ഗണത്തിൽപ്പെടുന്നതായി വാദമുണ്ടായി. അത് ജാമ്യത്തിനോ റിമാന്റിനോ വേണ്ടിയുള്ള അപേക്ഷ മാത്രമാണെങ്കിൽ പോലും അവസ്ഥയിൽ മാറ്റം വരുന്നില്ല. പക്ഷേ, ഈ വാദം കോടതി സ്വീകരിച്ചില്ല.

സബ് ജുഡീസ് എന്ന തത്ത്വത്തെ അടിസ്ഥാനമാക്കി മാധ്യമങ്ങളും കോടതികളും തമ്മിലുള്ള ബന്ധം കൃത്യമായി നിർവ്വചിക്കപ്പെടണം. പരിശോധിക്കപ്പെടുന്ന കേസുകളിൽ ഏറെയും ജഡ്ജിമാരെ അപകീർത്തിപ്പെടുത്തുന്ന വിഭാഗത്തിൽ പെടുന്നവയാണ്. പരാജയപ്പെട്ട വ്യവഹാരികളും നിരാശരായ അഭിഭാഷകരുമാണ് ജഡ്ജിമാർക്കെതിരെ അപകീർത്തികരമായ പരാമർശം നടത്തുന്നത്. അവയുടെ പ്രകാശനം മാത്രമാണ് മാധ്യമങ്ങൾ നടത്തുന്നത്. കേസുകൾ നിലനില്ക്കുമ്പോൾ ആ വിഷയത്തെക്കുറിച്ച് അഭിപ്രായം പ്രകടിപ്പിക്കുന്നതിനുള്ള മാധ്യമങ്ങളുടെ അവകാശം ഇപ്പോഴും സുവ്യക്തമല്ല.

പറയുന്നത് സത്യമാണെങ്കിൽ അപകീർത്തിയോ കോടതിയലക്ഷ്യമോ ഉണ്ടാകുന്നില്ല. അപകീർത്തിയുടെ കാര്യത്തിൽ ശിക്ഷാനിയമത്തിൽ ഉൾപ്പെടുത്തിയിട്ടുള്ള വ്യവസ്ഥ 2006 ലെ ഭേദഗതിയോടെ കോടതിയലക്ഷ്യനിയമത്തിലും ചേർത്തു. പ്രശാന്ത് ഭൂഷൺ പറഞ്ഞതു മുഴുവൻ സത്യമായിരുന്നില്ല. പറഞ്ഞതിലെ സത്യം തെളിയിക്കാൻ അദ്ദേഹത്തിന് അവസരം നല്കിയതുമില്ല. 2006 ൽ ഭേദഗതി ചെയ്ത 1971 ലെ നിയമത്തേക്കാൾ ഭരണഘടന നല്കുന്ന അധികാരത്തെയാണ് കോടതികൾ ആശ്രയിക്കുന്നത്. അവ്യക്തത നിമിത്തം അപരിമിതമായ അധികാരമാണത്. 2006 ലെ ഭേദഗതിയുടെ അടിസ്ഥാനത്തിൽ പ്രശാന്ത് ഭൂഷണെ ശിക്ഷിക്കാൻ കഴിയുമായിരുന്നില്ല.

സത്യമറിയാത്ത കോടതിയലക്ഷ്യം

മീഡിയ ട്രയൽ എന്നു വിശേഷിപ്പിക്കപ്പെടുന്ന സെൻസേഷണൽ വാർത്താവതരണം നമ്മുടെ പ്രൈം ടൈം ടെലിവിഷന്റെ ഒഴിച്ചുകൂടാനാവാത്ത ഘടകമായിട്ടുണ്ട്. അതിനു പറ്റിയ കേസുകൾ മാധ്യമങ്ങൾ കണ്ടെത്തുകയോ ഉണ്ടാക്കിയെടുക്കുകയോ ചെയ്യും. ടി ആർ പി എന്ന വാണിജ്യതാല്പര്യം മാത്രമല്ല ഇതിനു പിന്നിലുള്ളത്. മാധ്യമങ്ങളുടെ അമിതമായ രാഷ്ട്രീയവല്ക്കരണവും ഇതിനു കാരണമാണ്. സബ് ജുഡീസ് എന്ന അധികാരമുപയോഗിച്ച് ഈ പ്രവണതയെ കോടതികൾ നിയന്ത്രിക്കണമെന്ന ആവശ്യം കൂടെക്കൂടെ ഉയരുന്നുണ്ട്. മാധ്യമപ്രവർത്തനത്തിൽ സൃഷ്ടിക്കപ്പെടുന്ന തടസ്സങ്ങൾ, ജുഡീഷ്യറിയുടെ ഭാഗത്തുനിന്നാണെങ്കിലും, അഭികാമ്യമല്ല. ഈ വിഷയത്തിൽ ഭരണഘടനയുടെയും നിയമത്തിന്റെയും നിബന്ധനകളും സാദ്ധ്യതകളും മുന്നദ്ധ്യായങ്ങളിൽ ചർച്ച ചെയ്തിട്ടുണ്ട്.

വ്യത്യസ്തതകളുള്ള മൗലികാവകാശങ്ങളെ സമരസപ്പെടുത്തുന്നത് ശ്രമകരമായ പണിയാണ്. അഭിപ്രായപ്രകടനസ്വാതന്ത്ര്യത്തിനൊപ്പം നീതിപൂർവ്വകമായ വിചാരണയും ഭരണഘടന ഉറപ്പു നല്കുന്നുണ്ട്. മാധ്യമങ്ങൾ പ്രവർത്തനസ്വാതന്ത്ര്യം അവകാശപ്പെടുന്ന അനുച്ഛേദം 19(1)(എ), വാദിക്കും പ്രതിക്കും സാക്ഷിക്കും ഉൾപ്പെടെ എല്ലാവർക്കും സ്വകാര്യത തുടങ്ങിയ അവകാശങ്ങൾ ഉറപ്പു നല്കുന്ന അനുച്ഛേദം 21, കുറ്റവിമുക്തി തേടുന്നതിനുള്ള പ്രതിയുടെ അവകാശം പ്രഖ്യാപിക്കുന്ന അനുച്ഛേദം 20, 22 എന്നിങ്ങനെ അനായാസം പൊരുത്തപ്പെടുത്താനാവാത്ത കുറേ കാര്യങ്ങൾ ഭരണഘടനയിലുണ്ട്. അവയെല്ലാം മൗലികമാണെന്ന പ്രത്യേകതയുമുണ്ട്. അനുച്ഛേദം 19(1)(എ) ന്യായമായ നിയന്ത്രണങ്ങൾക്ക് വിധേയമാണ്. നിർമ്മിതനിയമത്തിന്റെ അടിസ്ഥാനത്തിൽ മാത്രമാണ്

നിയന്ത്രണങ്ങൾ ഏർപ്പെടുത്താവുന്നത്. അവയാകട്ടെ ന്യായമാണോയെന്ന പരിശോധനയ്ക്ക് വിധേയമാവുകയും വേണം.

പ്രസ് കൗൺസിൽ പുറപ്പെടുവിച്ചിട്ടുള്ള പെരുമാറ്റച്ചട്ടങ്ങൾ മാധ്യമങ്ങൾക്ക് സ്വയംനിയന്ത്രണത്തിനുള്ള സംവിധാനമാണ്. സ്വയം നിയന്ത്രിതമായാൽ ബാഹ്യ ഇടപെടൽ കുറയും. കോടതിയലക്ഷ്യനിയമം നിയമാനുസൃതമായ നിയന്ത്രണങ്ങൾ ഏർപ്പെടുത്തുന്നു. നീതിയുടെ ഒഴുക്കിന് വിഘ്നം വരുത്തുന്ന പ്രത്യക്ഷമോ പരോക്ഷമോ ആയ പ്രവൃത്തികൾ കോടതിയലക്ഷ്യമാണ്. കോടതിയുടെ പരിഗണനയിലിരിക്കുന്ന സിവിൽ –ക്രിമിനൽ കേസുകൾക്ക് ഇത് ബാധകമാണ്. കോടതി ഔപചാരികമായി ഒരു ക്രിമിനൽ കേസ് ശ്രദ്ധയിലെടുക്കുന്നതോടെ ക്രിമിനൽ കേസ് നിലവിൽ വന്നതായി കണക്കാക്കും. എഫ് ഐ ആർ, സമൻസ്, വാറണ്ട് എന്നിവ ഒരു കേസിന്റെ പ്രാരംഭം കുറിക്കുന്ന ഘട്ടങ്ങളാണ്.

കോടതിയുടെ അധികാരം കവർന്നെടുക്കുന്ന തരത്തിലുള്ള അമിതമായ മാധ്യമ ഇടപെടൽ നീതിനിർവ്വഹണത്തിലുള്ള ശരിയല്ലാത്ത ഇടപെടലായി കണക്കാക്കേണ്ടിവരുമെന്ന് മാധ്യമങ്ങൾക്ക് പെരുമാറ്റച്ചട്ടം ഉണ്ടാക്കാൻ വിഫലമായി ശ്രമിച്ച 2012 ലെ സഹാറ കേസിൽ സുപ്രീം കോടതി പറഞ്ഞു. വിചാരണയെ ബാധിക്കുന്ന വിധത്തിലുള്ള മാധ്യമ ഇടപെടൽ ഒഴിവാക്കുന്നതിന് വാർത്തയുടെ പ്രസിദ്ധീകരണം താല്ക്കാലികമായി തടഞ്ഞുകൊണ്ടുള്ള ഉത്തരവും കോടതിക്ക് പുറപ്പെടുവിക്കാൻ കഴിയും.

അന്തിമമാകാതെ കോടതികളിൽ വിചാരണ നടക്കുന്നതോ വിചാരണ കാത്തുകിടക്കുന്നതോ ആയ കേസുകളിലാണ് കോടതിയലക്ഷ്യത്തിന്റെ നിയന്ത്രണങ്ങളും വിലക്കുകളും ബാധകമാകുന്നത്. സബ് ജുഡീസായ കാര്യത്തിൽ അഭിപ്രായം പറയുന്നത് ശിക്ഷാർഹമായ കോടതിയലക്ഷ്യമാണ്. 1967 സെപ്തംബർ 11 ന് സി പി ഐ (എം) ഉൾപ്പെടെയുള്ള ഇടതുപാർട്ടികളുടെ ആഭിമുഖ്യത്തിൽ കേരള ബന്ദ് നടന്നു. ഭരണകക്ഷികൾ കേന്ദ്രത്തിനെതിരെ നടത്തിയ ബന്ദായിരുന്നു അത്. ബന്ദ് ദിവസം കണ്ണൂർ ജില്ലയിലെ കുറ്റൂരിൽ കടകൾ അടപ്പിക്കുന്നതു സംബന്ധിച്ചുണ്ടായ സംഘർഷത്തിൽ സി പി കരുണാകരൻ എന്ന സി പി ഐ (എം)പ്രവർത്തകൻ കുത്തേറ്റു മരിച്ചു. കെ പി നൂറുദ്ദീൻ എന്ന കോൺഗ്രസ് നേതാവാണ് കൊലയ്ക്കുത്തരവാദിയെന്ന് സ്ഥലം സന്ദർശിച്ചതിനുശേഷം എ കെ ഗോപാലൻ സെപ്തംബർ 20 ന് ഒരു പ്രസ്താവനയിറക്കി. *ദേശാഭിമാനി* അത് പ്രസിദ്ധപ്പെടുത്തി. എ കെ ജി പ്രസ്താവനയിറക്കുമ്പോൾ കേസിൽ ആരെയും അറസ്റ്റ് ചെയ്തിരുന്നില്ല. അതുകൊണ്ടുതന്നെ കോടതിനടപടികൾ ആരംഭിച്ചിട്ടുമില്ല. സെപ്തംബർ 25 ന് പ്രസ്താവന പത്രത്തിൽ അച്ചടിച്ചുവരുന്നതിനുമുമ്പ് അറസ്റ്റ് നടന്നു. പ്രതി റിമാന്റിലായി. നടപടികൾ ആസന്നമായ കേസിൽ അഭിപ്രായപ്രകടനം നടത്തിയ എ കെ ജി കോടതിയലക്ഷ്യം നടത്തിയതായി ഹൈക്കോടതിയിൽ ജസ്റ്റിസ് രാമൻ നായർ വിധിച്ചു. ഇരുന്നൂറു രൂപ പിഴയിട്ടു. പത്രാധിപർ പി ഗോവിന്ദ

പ്പിള്ളയെ ശാസിച്ചു. കേസ് സുപ്രീം കോടതിയിലെത്തിയപ്പോൾ ജസ്റ്റിസ് എസ് എം സിക്രിയുടെ മൂന്നംഗ ബെഞ്ച് ഭൂരിപക്ഷവിധിപ്രകാരം എ കെ ജിയെ കുറ്റവിമുക്തനാക്കി. ഈ കേസിൽ സുപ്രീം കോടതി ആവിഷ്കരിച്ച തത്ത്വം പരിഗണിക്കാതെയുള്ള നിയമനിർമ്മാണമാണ് 1971 ൽ നടന്നത്. അറസ്റ്റോടെയാണ് ഒരു ക്രിമിനൽ കേസ് ആരംഭിക്കുന്നതെന്ന് സുപ്രീം കോടതി പറഞ്ഞു. ഇതാണ് ഇംഗ്ലീഷ് നിയമത്തിലെ തത്ത്വം. എ കെ ഗോപാലൻ കേസിലെ വിധിക്കനുസൃതമായി സബ് ജുഡീസിനെ സംബന്ധിച്ച് കോടതിയലക്ഷ്യനിയമത്തിൽ മാറ്റം വരുത്തണമെന്ന് ലോ കമ്മീഷൻ ഇരുനൂറാമത്തെ റിപ്പോർട്ടിൽ ശുപാർശ ചെയ്തിട്ടുണ്ട്. ഈ ശുപാർശയും സ്വീകരിക്കപ്പെട്ടില്ല.

ടെലിവിഷന്റെയും ഇന്റർനെറ്റിന്റെയും കാലത്ത് ഗോപാലൻ കേസിലെ സമീപനം പൂർണ്ണമായും പ്രസക്തമല്ല. എന്നാൽ പൂർണ്ണമായും അപ്രസക്തമായിട്ടുമില്ല. ഓസ്ട്രേലിയയിലും ന്യൂസിലന്റിലും സ്വീകാര്യമായിട്ടുള്ള ആസന്നമായ നിയമനടപടികൾ എന്ന തത്ത്വമായിരിക്കും ഇക്കാലത്ത് കൂടുതൽ സ്വീകാര്യമാകുക. നിയമനടപടികൾ ആസന്നമാകുന്ന ഘട്ടം മുതൽ മാധ്യമവാർത്തകൾ നിയന്ത്രിതമാകുന്നു എന്നതാണ് ഈ സമീപനത്തിന്റെ പ്രത്യേകത. അമിതമായ മാധ്യമവിചാരണ നീതിനിർവ്വഹണത്തിനു വിഘ്നം സൃഷ്ടിക്കുമെന്നതിനാൽ ചില നിയന്ത്രണങ്ങൾ ആവശ്യമാണെന്ന് നയതന്ത്ര സ്വർണ്ണക്കടത്തുമായി ബന്ധപ്പെട്ട കാര്യങ്ങൾ മാധ്യമങ്ങൾ കൈകാര്യം ചെയ്യുന്ന രീതി കാണുന്നവർക്ക് ബോദ്ധ്യപ്പെടും. കേൾക്കാനാഗ്രഹിച്ചത് കേട്ടതിന്റെയും കിട്ടാനാഗ്രഹിച്ചത് കിട്ടിയതിന്റെയും സന്തോഷത്തിൽ മാധ്യമങ്ങൾ എല്ലാ ഇംഗിതങ്ങൾക്കും വഴങ്ങി. വിചാരണയേക്കാൾ അന്വേഷണത്തെയാണ് മാധ്യമ ഇടപെടൽ ബാധിക്കുന്നത്. പരിണതപ്രജ്ഞരായ അന്വേഷണ ഉദ്യോഗസ്ഥരെ മാധ്യമങ്ങൾക്ക് വഴിതെറ്റിക്കാനാവില്ലെന്നും മാധ്യമപ്രവർത്തകരെ അന്വേഷണ ഉദ്യോഗസ്ഥരാണ് തങ്ങളുടെ ആവശ്യാനുസരണം ഉപയോഗിക്കുന്നതെന്നും അഭിപ്രായമുള്ളവരുണ്ട്. അന്വേഷണ ഉദ്യോഗസ്ഥർ മാധ്യമങ്ങളെ നന്നായി ഉപയോഗിച്ചതിന്റെ ഉദാഹരണമാണ് ഐ എസ് ആർ ഒ ചാരക്കേസ്. എത്ര അനായാസമായാണ് മാധ്യമങ്ങൾ നിഗമനങ്ങളിൽ എത്തിച്ചേരുന്നത്? വസ്തുതകളെ അടിസ്ഥാനമാക്കിയാണ് നിഗമനങ്ങൾ ഉണ്ടാകുന്നത്. മാധ്യമങ്ങൾക്ക് വസ്തുതകൾ ആവശ്യമില്ല. സെക്രട്ടേറിയറ്റിൽ അഗ്നിബാധ ഉണ്ടായപ്പോൾ സെക്രട്ടേറിയറ്റിനു തീയിട്ടു എന്നുതന്നെ മുഖ്യമന്ത്രിയെയും ചീഫ് സെക്രട്ടറിയെയും സംശയത്തിന്റെ നിഴലിൽ നിർത്തിക്കൊണ്ട് മാധ്യമങ്ങൾ ശങ്കയില്ലാതെ റിപ്പോർട്ടുചെയ്യുന്ന അവസ്ഥയുണ്ടായി. മാധ്യമവാർത്തകൾ ജഡ്ജിമാരിൽ ചെറിയ തോതിലും സാക്ഷികളിൽ വലിയ തോതിലും സ്വാധീനം ചെലുത്തുന്നുണ്ട്. മാധ്യമങ്ങളിലൂടെ നിർമ്മിക്കപ്പെടുന്ന പൊതുബോധത്തിൽനിന്ന് ആർക്കും പൂർണ്ണമായും ഒഴിയാനാവില്ല. രാഷ്ട്രീയ കൊലപാതകം എന്നു കേട്ടാലുടൻ അതിൽ സി പി ഐ (എം) ഉൾപ്പെട്ടിട്ടുണ്ടാവും എന്ന് പൊതുജനം ധരിക്കുന്നത് ഈ പൊതുബോ

ധത്തിന്റെ അടിസ്ഥാനത്തിലാണ്. ചത്തത് കീചകനെങ്കിൽ കൊന്നത് ഭീമൻതന്നെ എന്ന തത്ത്വത്തെ അടിസ്ഥാനമാക്കി നിർമ്മിക്കപ്പെടുന്നതാണ് ഈ പൊതുബോധം. ഇത് ഒരു കേസിന്റെ അന്വേഷണത്തെയോ വിചാരണയെയോ വിധിയെയോ ബാധിക്കുന്നത് വലിയ അപകടമാണ്.

പ്രൊഫഷണൽ മികവോടെ ചോദ്യങ്ങൾ ചോദിക്കുമ്പോഴാണ് അന്വേഷണ ഉദ്യോഗസ്ഥന് തൃപ്തികരമായ മറുപടി ലഭിക്കുന്നത്. ചാനൽ ചർച്ചയിൽ പങ്കെടുത്ത് ആങ്കറുടെ ചോദ്യങ്ങൾക്ക് ഉത്തരം നല്കുകയും മറ്റുള്ളവരുടെ അഭിപ്രായങ്ങൾ മനസ്സിലാക്കുകയും ചെയ്തതിനുശേഷം വേണ്ടിവന്നാൽ അഭിഭാഷകന്റെ സഹായത്തോടെ മൊത്തം ഒരു അപഗ്രഥനം നടത്തിയതിനുശേഷം ചോദ്യം ചെയ്യലിനു ഹാജരാകുന്ന സാക്ഷിയും പ്രതിയും നല്കുന്ന ഉത്തരങ്ങൾ സ്വരക്ഷയ്ക്കുവേണ്ടി വക്രീകരിക്കപ്പെടുന്നവയാണ്. ആറു ചാനലുകളിലെ ചർച്ച വീക്ഷിച്ചതിനുശേഷം ചോദ്യം ചെയ്യപ്പെടാൻ പോകുന്നയാൾക്ക് സാദ്ധ്യതയുള്ള ചോദ്യങ്ങളും അവയ്ക്കു നല്കേണ്ടതായ ഉത്തരങ്ങളും മുൻകൂട്ടി നിശ്ചയിക്കാൻ കഴിയും. നിലവിലുള്ള നിയമവും ഗോപാലൻ കേസിൽ നിർദ്ദേശിക്കപ്പെട്ട തത്ത്വവും ഈ പ്രശ്നം പരിഹരിക്കുന്നതിന് അപര്യാപ്തമാകയാൽ ആസന്നമായ നിയമനടപടികൾ എന്ന ഓസ്ട്രേലിയൻ തത്ത്വം പരീക്ഷിക്കാവുന്നതാണ്.

ആരും അപരാധിയല്ല

അന്യഥാ തെളിയിക്കപ്പെടുന്നതുവരെ ഏതൊരാളും നിരപരാധിയാണെന്നത് നിയമത്തിലെ സുവിദിതമായ തത്ത്വമാണ്. നിയമത്തിന്റെ ഈ കരുതൽ സംരക്ഷിക്കുന്നതിനുള്ള ഉത്തരവാദിത്വം കോടതിക്കുണ്ട്. നടപടികൾ ആസന്നമാകുന്ന ഘട്ടം മുതൽ മാധ്യമങ്ങളുടെ ഇടപെടൽ നിയന്ത്രിച്ചാൽ നിയമപരമായ ഈ അനുമാനം നിലനിർത്താൻ കഴിയും. നിയമപരമായ നടപടികൾ ആരംഭിക്കുംമുമ്പേ മാധ്യമങ്ങൾ പ്രതിപ്പട്ടികയിൽ ഉൾപ്പെടുത്തുന്നവരുടെ സ്വകാര്യത തുടങ്ങിയ അവകാശങ്ങൾ സംരക്ഷിക്കുന്നതിനും ഇതാവശ്യമാണ്.

മൗലികാവകാശങ്ങളെപ്പോലെ സനാതനമല്ല അവയുടെമേലുള്ള നിയന്ത്രണങ്ങൾ. കാലത്തിനനുസരിച്ചും സമൂഹത്തിന്റെ ആവശ്യങ്ങൾക്കനുസൃതമായും അവയിൽ മാറ്റം വരും. 1971 ൽ കോടതിയലക്ഷ്യനിയമത്തിന്റെ നിർമ്മാണവേളയിലുള്ള അവസ്ഥയിലല്ല കോടതിയും മാധ്യമങ്ങളും ഇന്ന് പ്രവർത്തിക്കുന്നത്. ടെലിവിഷനും ഓൺലൈൻ മാധ്യമങ്ങളും ചേർന്ന് സൃഷ്ടിച്ചിരിക്കുന്ന നിയന്ത്രണമില്ലായ്മയുടെ പരിസരം കൂടുതൽ നിയന്ത്രണങ്ങൾക്ക് സാധൂകരണമാകുന്നു. മാധ്യമവിചാരണയെ സംബന്ധിച്ച് നിയമത്തിന്റെ സമീപനം മാറ്റമില്ലാതെ തുടരുന്നത് വാദിക്കോ പ്രതിക്കോ സാക്ഷിക്കോ ഗുണം ചെയ്യുന്നില്ല. മാധ്യമങ്ങളുടെ തേർവാഴ്ചയിൽ ചവിട്ടിമെതിക്കപ്പെടാനുള്ളതല്ല ഈ മൂവർക്കും ഭരണഘടനയും നിയമവും നല്കിയിട്ടുള്ള അവകാശങ്ങൾ.

ബിഷപ്പ് ഫ്രാങ്കോ മുളയ്ക്കൽ പ്രതിയായ പീഡനക്കേസ് വാർത്തകൾ റിപ്പോർട്ട് ചെയ്യുന്നതിന് മാധ്യമങ്ങൾക്ക് വിലക്കുണ്ടായി. പീഡനത്തിനിരയായ കന്യാസ്ത്രിയുടെ വിസ്താരം തുടങ്ങുന്നതിനുമുമ്പാണ് വിചാരണ നടത്തുന്ന അഡീഷണൽ സെഷൻസ് ജഡ്ജി ഈ വിലക്കേർപ്പെടുത്തിയത്. ഇതിന് പല വിധത്തിലുള്ള ന്യായീകരണങ്ങൾ ചൂണ്ടിക്കാണിക്കാം. എന്നാൽ എല്ലാ വിലക്കുകളും ഇപ്രകാരം ന്യായീകരിക്കാൻ കഴിയുന്നതല്ല. മാധ്യമങ്ങളെ വിലക്കുമ്പോൾ ക്ഷതമേല്ക്കുന്നത് പൗരസമൂഹത്തിന്റെ അറിയുന്നതിനുള്ള അവകാശത്തിനാണ്. ഗർഹണീയമായ മുൻകൂർ നിയന്ത്രണമായി അത് മാറുന്ന അവസ്ഥയുണ്ടാകും. വിചാരണ ചെയ്യപ്പെടുന്നവർക്ക് നീതിപൂർവ്വകമായ വിചാരണ ഉറപ്പാക്കുകയെന്ന ജുഡീഷ്യറിയുടെ ഉത്തരവാദിത്വത്തിൽനിന്നാണ് വിലക്കുകളും നിയന്ത്രണങ്ങളും ഉണ്ടാകുന്നത്. എന്നാൽ ചില ഉത്തരവുകൾ ഇപ്രകാരം മൊത്തത്തിൽ ന്യായീകരിക്കാൻ കഴിയാത്തതാണ്. ആന്ധ്ര പ്രദേശിലെ മുൻ അഡ്വക്കേറ്റ് ജനറലിനെതിരെയുള്ള ക്രിമിനൽ അന്വേഷണം സംബന്ധിച്ച യാതൊരു വാർത്തയും നല്കിപ്പോകരുതെന്ന് സോഷ്യൽ മീഡിയ ഉൾപ്പെടെയുള്ള മാധ്യമങ്ങൾക്ക് ആന്ധ്ര പ്രദേശ് ഹൈക്കോടതി നല്കിയ ഉത്തരവ് വലിയ തോതിൽ വിമർശത്തിനു കാരണമായി. തനിക്കെതിരെയുള്ള കേസ് കെട്ടിച്ചമച്ചതാണെന്ന പ്രതിയുടെ പ്രസ്താവനയൊഴികെ ഈ സമ്പൂർണ്ണവിലക്കിന് ന്യായീകരണമായി ഒന്നും പറയാനില്ല. അതോടൊപ്പം അന്വേഷണംതന്നെ ഹൈക്കോടതി സ്റ്റേ ചെയ്തു. അതിന് കോടതിക്ക് ന്യായം കാണുമായിരിക്കാം. മുൻ ഗവൺമെന്റിന്റെ അഡ്വക്കേറ്റ് ജനറൽ ആയിരുന്നയാൾ ഇപ്പോഴത്തെ ഗവൺമെന്റിനെതിരെ രാഷ്ട്രീയപക എന്ന ആരോപണം ഉന്നയിക്കുമ്പോൾ അത് റിപ്പോർട്ട് ചെയ്യുന്നത് അനുവദനീയമല്ലാത്ത മാധ്യമവിചാരണയായി കാണരുത്. ആന്ധ്ര പ്രദേശിന്റെ പുതിയ തലസ്ഥാനമായി നിശ്ചയിക്കപ്പെട്ട നഗരത്തിൽ തീരുമാനം പരസ്യമാകും മുമ്പേ ഭൂമാഫിയയ്ക്ക് വൻതോതിൽ ഭൂമി വാങ്ങാൻ സൗകര്യമുണ്ടാക്കിയെന്നതാണ് അന്നത്തെ അഡ്വക്കേറ്റ് ജനറലിനെതിരെയുള്ള ആക്ഷേപം. തലസ്ഥാനനഗരിയാക്കുന്നതിനുള്ള നിർദ്ദേശംതന്നെ പിന്നീടുവന്ന ഗവൺമെന്റ് പിൻവലിക്കത്തക്കവിധം ഗൗരവമുള്ളതായിരുന്നു ആരോപണം. ഇക്കാര്യങ്ങളാണ് രഹസ്യമാക്കി വയ്ക്കാൻ കോടതി ഉത്തരവായത്.

പ്രസിദ്ധീകരണം വിലക്കുന്ന ഇൻജങ്ഷനും ഇൻജങ്ഷനെ സംബന്ധിക്കുന്ന വാർത്ത വിലക്കുന്ന സൂപ്പർ ഇൻജങ്ഷനും ബ്രിട്ടീഷ് കോടതികൾ നല്കാറുണ്ട്. അപകീർത്തി ഉണ്ടാക്കുന്നതും സ്വകാര്യത ലംഘിക്കുന്നതും തടയുക എന്ന ഉദ്ദേശ്യത്തിനു പുറമേ നിഷ്പക്ഷമായ അന്വേഷണവും നീതിപൂർവ്വകമായ വിചാരണയും ഉറപ്പാക്കുകയെന്ന ഉദ്ദേശ്യവും ഇത്തരം ഉത്തരവുകൾ നല്കുന്ന കോടതികൾക്കുണ്ട്. നീതിയുടെയും സ്വാതന്ത്ര്യത്തിന്റെയും താല്പര്യങ്ങളാണ് ജുഡീഷ്യറിയും മാധ്യമങ്ങളും തമ്മിലുള്ള സംഘർഷത്തിൽ അന്തർഭവിക്കുന്നത്. അവയെ തുലനം ചെയ്തുകൊണ്ട് നിയന്ത്രണ ഉത്തരവുകൾ നല്കാൻ കഴിയുമെന്ന് സഹാറ

കേസിൽ സുപ്രീം കോടതി പറഞ്ഞു. നീതിനിർവ്വഹണത്തിനും നീതിപൂർവ്വകമായ വിചാരണയ്ക്കും സാരമായ വിഘ്നം സൃഷ്ടിക്കുന്ന സന്ദർഭങ്ങളിൽ മാത്രമാണ് ഈ കരുതൽ കോടതിക്കുണ്ടാകേണ്ടതെന്നും വ്യക്തമാക്കിയിട്ടുണ്ട്.

മാധ്യമങ്ങളുടെ പ്രവർത്തനത്തിൽ ജുഡീഷ്യറിയുടെ ഇടപെടൽ കൂടുതലായുണ്ടാകുന്നത് അത്ര അഭികാമ്യമല്ല. സുദർശൻ ന്യൂസ് എന്ന ടെലിവിഷൻ ചാനലിൽ സംപ്രേഷണം ചെയ്തുകൊണ്ടിരുന്ന ഒരു പരിപാടി സുപ്രീം കോടതി പൂർണ്ണമായും വിലക്കി. മുസ്ലീങ്ങളോട് സ്പർദ്ധ വളർത്തുന്ന ഒരു പരിപാടിയായി അതിനെ സുപ്രീം കോടതി കണ്ടു. ആവിഷ്കാരസ്വാതന്ത്ര്യവും വിദ്വേഷപ്രചാരണവും രണ്ടാണ്. തങ്ങളെ സംബന്ധിക്കുന്ന അഹിതകരമായ വാർത്തയുടെ പ്രസിദ്ധീകരണം മൊത്തമായി തടഞ്ഞുകൊണ്ട് എല്ലാ മാധ്യമസ്ഥാപനങ്ങൾക്കുമെതിരെ ഇൻജങ്ഷൻ ഉത്തരവുകൾ സമ്പാദിക്കുന്ന പ്രവണത കർണ്ണാടകയിൽ കാണുന്നുണ്ട്. സർവ്വവും ഉൾക്കൊള്ളുന്ന ഇത്തരം ഓംനിബസ് ഉത്തരവുകൾ നല്കുന്നതിൽനിന്ന് കോടതികൾ പിന്തിരിയേണ്ടതാണ്.

പ്രശാന്ത് ഭൂഷണെ ശിക്ഷിച്ച ജസ്റ്റിസ് അരുൺ മിശ്ര ചുരുട്ടിയ മുഷ്ടി നിവർത്താതെ പടിയിറങ്ങിയെങ്കിലും സുപ്രീം കോടതിയും ഹൈക്കോടതികളും അതിൽനിന്ന് ചില പാഠങ്ങൾ പഠിച്ചിട്ടുണ്ടാകുമെന്നാണ് നാം കരുതിയത്. അത്രയേറെ ആ വിഷയം ചർച്ച ചെയ്യപ്പെട്ടു. എന്നാൽ കോടതിയലക്ഷ്യത്തിന്റെ കാര്യം വരുമ്പോൾ ആരും ഒന്നും പഠിക്കുന്നില്ലെന്നാണ് മദ്രാസ് ഹൈക്കോടതിയിലെ ജസ്റ്റിസ് എസ് എം സുബ്രഹ്മണ്യം നമ്മെ ബോദ്ധ്യപ്പെടുത്തുന്നത്. മെഡിക്കൽ കോഴ്സുകൾക്കുള്ള നീറ്റ് പ്രവേശനപ്പരീക്ഷയുടെ നടത്തിപ്പിൽ ഇടപെടുന്നതിനുള്ള സുപ്രീം കോടതിയുടെ വൈമുഖ്യത്തെക്കുറിച്ച് അഭിപ്രായം പറഞ്ഞതിന് തമിഴ് നടൻ സൂര്യക്കെതിരെ കോടതിയലക്ഷ്യത്തിന് നടപടിയെടുക്കാൻ ജസ്റ്റിസ് സുബ്രഹ്മണ്യം തമിഴ്നാട് ചീഫ് ജസ്റ്റിസിന് എഴുതി. കൊറോണവൈറസിനെ പേടിച്ച് വീഡിയോ കോൺഫറൻസിങ്ങിലൂടെ നീതിനിർവ്വഹണം നടത്തുന്ന കോടതി കുട്ടികളോട് നിർഭയം പരീക്ഷ എഴുതാൻ ആവശ്യപ്പെടുന്നതിലെ വൈരുദ്ധ്യമാണ് സൂര്യ ചൂണ്ടിക്കാണിച്ചത്. പരീക്ഷയുടെ ഫലം ഭയന്നുണ്ടായ ചില ആത്മഹത്യകളും സൂര്യയുടെ പ്രസ്താവനയ്ക്ക് പ്രേരകമായി ഉണ്ടായിരുന്നു. സൂര്യയുടെ പ്രസ്താവന ജഡ്ജിമാരെക്കുറിച്ച് അവമതിപ്പും അവിശ്വാസവും ഉണ്ടാക്കുന്നുവെന്നായിരുന്നു ജഡ്ജിയുടെ പരാതി. കോടതിയലക്ഷ്യത്തിന് ശിക്ഷിക്കുന്നതിനുള്ള അധികാരം ഇപ്രകാരം ചപലമായി പ്രയോഗിക്കാൻ തുടങ്ങുമ്പോഴാണ് കോടതിയിൽ ജനങ്ങൾക്കുള്ള മതിപ്പും വിശ്വാസവും നഷ്ടമാകുന്നതെന്ന് ആ ജഡ്ജി അറിഞ്ഞില്ല. വീഡിയോ കോൺഫറൻസിങ്ങിലൂടെ കോടതികൾ സ്വയം പരിരക്ഷിതമാകുമ്പോൾ പതിനഞ്ച് ലക്ഷം വിദ്യാർത്ഥികളെ തുറന്ന അന്തരീക്ഷത്തിൽ പരീക്ഷയെഴുതാൻ വിട്ട കോടതിയെക്കുറിച്ച് വികാ

രപരമായി ഒരാൾ പ്രതികരിച്ചാൽ അതിൽ കോടതിയലക്ഷ്യമുണ്ടെന്ന് സുബോധമുള്ള ആർക്കും തോന്നാൻ പാടില്ല. അങ്ങനെ കണ്ടതിനും കേട്ടതിനുമൊക്കെ നടപടിയെടുക്കാൻ തുടങ്ങിയാൽ സൂചികൊണ്ട് എടുക്കാവുന്നതിനെ വളർത്തി തൂമ്പകൊണ്ട് എടുക്കുന്നതിനു സമമാകും.

ജസ്റ്റിസ് സുബ്രഹ്മണ്യത്തിന്റെ കത്തിനെ അടിസ്ഥാനമാക്കി നടനെതിരെ നടപടികൾ സ്വീകരിക്കരുതെന്ന് ഹൈക്കോടതിയിലെ ആറ് മുൻജഡ്ജിമാർ ചീഫ് ജസ്റ്റിസിനെഴുതി. കോടതിയുടെ ഏതെങ്കിലും നടപടിയിലുള്ള ഇടപെടലായോ നീതിനിർവ്വഹണത്തിന്റെ തടസ്സപ്പെടുത്തലായോ സൂര്യയുടെ പ്രസ്താവനയെ കാണാൻ കഴിയില്ല. സൂര്യയുടെ പ്രസ്താവന ടെലിവിഷനിൽവന്ന് മണിക്കൂറുകൾക്കകം ജഡ്ജിയുടെ ഇവ്വിധമുള്ള പ്രതികരണം ഉണ്ടായത് അദ്ദേഹം പഴയ രാജവാഴ്ചക്കാലത്തെ കോടതിയിൽത്തന്നെ കഴിയുന്നതുകൊണ്ടാണ്. നിർദ്ധനരായ വിദ്യാർത്ഥികളുടെ വിദ്യാഭ്യാസകാര്യങ്ങളിൽ സജീവമായി ഇടപെടുന്ന ആളെന്ന നിലയിൽ സൂര്യ ഇത്തരം വിഷയങ്ങളിൽ അഭിപ്രായം പറയുന്നയാളാണ്. പൊതുപ്രാധാന്യമുള്ള വിഷയങ്ങളിൽ അഭിപ്രായം പറയുന്നതിനുള്ള അദ്ദേഹത്തിന്റെ സ്വാതന്ത്ര്യത്തെ കോടതിക്ക് തടയാനാവില്ല. സുപ്രീം കോടതിയുടെ ഒരു ഉത്തരവിനെ അടിസ്ഥാനമാക്കിയുള്ള പരാമർശത്തിൽ കോടതിയലക്ഷ്യം കാണുന്നതിനോ നടപടിയെടുക്കുന്നതിനോ ഹൈക്കോടതികൾക്ക് അധികാരമില്ലെന്ന് 2017 ലെ വിദുഷ ഒബ്റോയ് കേസിൽ സുപ്രീം കോടതി പറഞ്ഞിട്ടുള്ളതും ജസ്റ്റിസ് സുബ്രഹ്മണ്യത്തിന്റെ നീക്കത്തിനു തടസ്സമായി. അഡ്വക്കേറ്റ് ജനറൽ വിജയ് നാരായന്റെകൂടി അഭിപ്രായത്തിന്റെ അടിസ്ഥാനത്തിൽ സൂര്യക്കെതിരെ നടപടി വേണ്ടെന്ന തീരുമാനമാണ് ചീഫ് ജസ്റ്റിസ് സ്വീകരിച്ചത്. എന്നാൽ സൂര്യയുടെ വിമർശനം അനുചിതവും അനാവശ്യവുമായിപ്പോയെന്ന് 29 പേജുള്ള ഉത്തരവിൽ ചീഫ് ജസ്റ്റിസ് അമരേശ്വർ പ്രതാപ് സാഹി നിരീക്ഷിച്ചു. മഹാമാരിക്കാലത്തും പൊതുജനതാല്പര്യം പരിഗണിച്ച് ഓൺലൈനിൽ കേസുകൾ കേട്ട സുപ്രീം കോടതിയെ വിമർശിച്ച നടപടി അപക്വമാണെന്നും ബെഞ്ച് വ്യക്തമാക്കി. ഇങ്ങനെയാണ് കാര്യങ്ങൾ കൈകാര്യം ചെയ്യേണ്ടതും അവസാനിപ്പിക്കേണ്ടതും. ഹൈക്കോടതിയെ ബാധിക്കുന്ന കോടതിയലക്ഷ്യത്തിന് ശിക്ഷിക്കുന്നതിനുള്ള അധികാരം മാത്രമാണ് അനുച്ഛേദം 215 പ്രകാരം ഹൈക്കോടതികൾക്ക് നല്കപ്പെട്ടിരിക്കുന്നത്. കോടതിയലക്ഷ്യം ഉൾപ്പെടെയുള്ള കാര്യങ്ങളിൽ നിയമനിർമ്മാണം നടത്തുന്നതിന് അനുച്ഛേദം 246 പാർലമെന്റിനെ അധികാരപ്പെടുത്തുന്നു. ഇതിൽനിന്ന് എന്താണ് മനസ്സിലാക്കേണ്ടത്? കോടതിയലക്ഷ്യത്തിനു ശിക്ഷിക്കുന്നതിനുള്ള അധികാരം അനുച്ഛേദം 215 അനുസരിച്ച് ഹൈക്കോടതികൾക്ക് ഭരണഘടന നല്കിയിരിക്കുന്നു. അനുച്ഛേദം 129 അനുസരിച്ച് സുപ്രീം കോടതിക്കും ഈ അധികാരം ലഭിച്ചിട്ടുണ്ട്. എന്നാൽ കോടതിയലക്ഷ്യത്തെ നിർവ്വചിക്കുന്നതിനും നടപടിക്രമം ആവിഷ്കരിക്കുന്നതിനും ശിക്ഷ ക്രമപ്പെടുത്തുന്നതിനും അനുച്ഛേദം 246 അനുസരിച്ച് പാർലമെന്റിന്

അധികാരമുണ്ട്. ശിക്ഷിക്കുന്നതിനുള്ള അധികാരത്തിൽ മാറ്റം വരുത്താതെ എങ്ങനെ ശിക്ഷിക്കണമെന്ന് പാർലമെന്റിനു പറയാം.

അടഞ്ഞ കോടതി

അഡ്ജുഡിക്കേഷൻ ഒരു സ്വകാര്യസംരംഭമല്ല. സമൂഹത്തിന് ഉത്തരവാദിത്വമുള്ള പ്രധാനപ്പെട്ട പ്രവൃത്തിയാണത്. സ്വകാര്യതാല്പര്യങ്ങളിൽ തീർപ്പ് കല്പിക്കുമ്പോഴും അതിൽ പൊതുതാല്പര്യമുണ്ട്. ആ പ്രവർത്തനം എപ്രകാരം നടക്കുന്നു എന്നറിയുന്നതിലും അതേക്കുറിച്ച് അഭിപ്രായം പറയുന്നതിലും പൊതുസമൂഹത്തിന് താല്പര്യമുണ്ട്. തുറന്ന കോടതി എന്നതാണ് പൊതുതത്ത്വമെങ്കിലും കോടതികളുടെ പ്രവർത്തനം പലപ്പോഴും പൊതുജനത്തിൽനിന്ന് മറച്ചുവയ്ക്കാറുണ്ട്. ഇൻ ക്യാമറ എന്ന അനുവദനീയമായ തത്ത്വത്തിന്റെ അടിസ്ഥാനത്തിലാണ് തുറന്ന കോടതി അടഞ്ഞ കോടതിയാകുന്നത്. കോടതിയിൽ രഹസ്യത്തിൽ നടക്കുന്നത് മാധ്യമങ്ങൾ പരസ്യപ്പെടുത്തിയാൽ അത് കോടതിയലക്ഷ്യമാകും.

ഇക്കാര്യത്തിൽ ഇംഗ്ലീഷ് നിയമത്തിനു വ്യക്തത കുറവാണ്. 1913 ൽ അപ്പീൽ കോടതി തീരുമാനിച്ച സ്കോട്ട് വേഴ്സസ് സ്കോട്ട് ആണ് ഈ വിഷയത്തിലെ പ്രമുഖമായ കേസ്. ഇൻ ക്യാമറയായി നടന്ന നടപടികളുടെ ട്രാൻസ്ക്രിപ്റ്റ് ഒരു കക്ഷിയും അവരുടെ അഭിഭാഷകനും ചേർന്ന് പരസ്യപ്പെടുത്തി. കോടതി നടപടിയെടുക്കുമെന്നായപ്പോൾ നടപടികൾ ഇൻ ക്യാമറ ആക്കുന്നതിനുള്ള കോടതിയുടെ അധികാരം ആദ്യമേ ചോദ്യം ചെയ്യപ്പെട്ടു. നിയമത്തിന്റെ നിർദ്ദേശമുണ്ടെങ്കിൽ മാത്രമേ അതാകാവൂ എന്ന് ഹൗസ് ഓഫ് ലോർഡ്സ് വിധിച്ചു. ഇൻ ക്യാമറ നടപടികൾ പ്രസിദ്ധപ്പെടുത്തിയത് കുറ്റമല്ലെന്നാണ് വിധിയുണ്ടായത്. 1960 ലെ അഡ്മിനിസ്ട്രേഷൻ ഓഫ് ജസ്റ്റിസ് ആക്ടു വരെ ഈ അവ്യക്തത തുടർന്നു.

ഇന്ത്യയിൽ ഈ വിഷയം ആധികാരികമായി ചർച്ച ചെയ്തത് 1967 ലെ ബ്ലിറ്റ്സ് കേസിലാണ്. ഒരു അപകീർത്തിക്കേസിൽ നടപടികൾ രഹസ്യത്തിലാക്കണമെന്നും അവ പരസ്യപ്പെടുത്തരുതെന്നും കക്ഷി ആവശ്യപ്പെട്ടത് ജസ്റ്റിസ് താർക്കുണ്ഠെ അംഗീകരിച്ചു. നടപടികൾ രഹസ്യത്തിലാക്കുന്നതിനുള്ള കോടതിയുടെ അധികാരത്തെ ചോദ്യം ചെയ്തുകൊണ്ട് *ബ്ലിറ്റ്സ്* വിലക്ക് ലംഘിച്ചു. സംഭവിക്കുന്നതെല്ലാം പരസ്യപ്പെടുത്തുകയെന്നതാണ് പത്രപ്രവർത്തകന്റെ ഉത്തരവാദിത്വം എന്നതായിരുന്നു ബ്ലിറ്റ്സിന്റെ നിലപാട്. നടപടികൾ രഹസ്യത്തിലാക്കുന്നതിലും പ്രസിദ്ധീകരണം വിലക്കുന്നതിലും ജഡ്ജിമാർക്ക് ഏകാഭിപ്രായമുണ്ടായില്ല. വ്യവഹാരവുമായി എത്തുന്നവർക്ക് നീതി ഉറപ്പാക്കുകയെന്നതാണ് കോടതിയുടെ പ്രാഥമികമായ കടമയെന്ന് ഭൂരിപക്ഷത്തിനുവേണ്ടി ചീഫ് ജസ്റ്റിസ് ഗജേന്ദ്രഗാഡ്കർ പറഞ്ഞു. ഇതാണ് ശരിയായ കാര്യമെങ്കിൽ അത് നിർവ്വഹിക്കുന്നതിനുള്ള അധികാരം കോടതിക്കു വേണം. പക്ഷേ, ഇവിടെ അടിസ്ഥാനപരമായ ഒരു വിയോജിപ്പ് പ്രകടിപ്പിക്കാതിരിക്കാൻ കഴി

യില്ല. വ്യവഹാരത്തിലെ സ്വകാര്യതാല്പര്യം സംശയാതീതമാണെങ്കിലും നീതിനിർവ്വഹണത്തിലുള്ള പൊതുതാല്പര്യം അവഗണിക്കാനാവില്ല. ഈ തത്ത്വത്തിലാണ് കോടതിയലക്ഷ്യനിയമം അധിഷ്ഠിതമായിരിക്കുന്നത്. ഇവിടെ ഒരു കക്ഷിയുടെ സ്വകാര്യ ബിസിനസ് വിവരങ്ങൾ സംരക്ഷിക്കുന്നതിനുവേണ്ടിയാണ് നടപടികൾ രഹസ്യത്തിലാക്കിയതും പ്രസിദ്ധീകരണം വിലക്കിയതും. നിയമം അനുവദിക്കുന്ന ഘട്ടങ്ങളിൽ മാത്രമാണ് ഇൻ ക്യാമറ നടപടികൾ ന്യായീകരിക്കപ്പെടുന്നതെന്ന് ജസ്റ്റിസ് ഹിദയത്തുള്ള പറഞ്ഞു. തുറന്ന കോടതിയിലെ വിചാരണയും വാദവും നിയമവാഴ്ച നിലനില്ക്കുന്ന ജനാധിപത്യത്തിൽ പ്രധാനപ്പെട്ടതാണ്. ഏതെല്ലാം സാഹചര്യങ്ങളിലാണ് പരിമിതമായ തോതിലെങ്കിലും രഹസ്യ വിചാരണ അനുവദനീയമാകുന്നതെന്ന് ജസ്റ്റിസ് ഹിദയത്തുള്ള വിശദീകരിച്ചില്ല.

കേസുകൾ കെട്ടിക്കിടക്കുന്നതിൽ കുപ്രസിദ്ധിയുള്ള രാജ്യമാണ് ഇന്ത്യ. കേസുകൾ തീരുന്നതിന് വർഷങ്ങൾ വേണ്ടിവരും. ഈ കാലമത്രയും എല്ലാവരും നിശ്ശബ്ദത പാലിക്കണമെന്നു പറയുന്നതിൽ യുക്തിഭംഗമുണ്ട്. അന്യായം സമർപ്പിക്കുന്നതോടെ സിവിൽ കേസും എഫ് ഐ ആർ ഫയൽ ചെയ്യുന്നതോടെ ക്രിമിനൽ കേസും ആരംഭിക്കുകയാണ്. ആ ഘട്ടം മുതൽ അനിശ്ചിതമായ ഒരു കാലത്ത് ആ കേസ് അവസാനിക്കുന്നതുവരെ ആരും ആ വിഷയത്തെക്കുറിച്ച് മിണ്ടരുതെന്നു പറഞ്ഞാൽ അത് പൊതുതാല്പര്യത്തിനു നിരക്കുന്ന കാര്യമല്ല. സബ് ജുഡീസ് എന്ന വിലക്ക് കേസ് വിചാരണയ്ക്കെടുക്കുന്ന ഘട്ടത്തിൽ മാത്രമായി പരിമിതപ്പെടുത്തണമെന്ന നിർദ്ദേശമുണ്ട്.

ജഡ്ജിമാർക്ക് അപകീർത്തികരമായ അപവാദപ്രചരണം തടയുന്നതിനുവേണ്ടിയാണ് കോടതിയലക്ഷ്യനിയമം കൂടുതലായും പ്രയോഗിക്കപ്പെടുന്നത്. നിയമത്തിലെ ആക്ഷേപകരമായ വശവും ഇതുതന്നെയാണ്. ഭരണഘടനാപരമായി പ്രവർത്തിക്കുന്ന പൊതുസ്ഥാപനമെന്ന നില വിട്ട് വിമർശനത്തിന് അതീതമായ അഭൗമസ്ഥാപനമായി കോടതിയെ ഉയർത്തുന്നു. രാജ്യദ്രോഹത്തിനു തുല്യമായ കുറ്റമായി കോടതിയലക്ഷ്യം മാറുന്നു. ഈ സമീപനം കാലഹരണപ്പെട്ടതാണെന്ന് 1899 ൽത്തന്നെ പ്രിവി കൗൺസിൽ പറഞ്ഞിട്ടുണ്ട്. ഗുരുതരമായ ആരോപണങ്ങൾ ജഡ്ജിമാർക്കെതിരെ ഉന്നയിക്കപ്പെടുമ്പോൾ മാത്രമാണ് ഒട്ടുമിക്ക കോമൺവെൽത്ത് രാജ്യങ്ങളിലും ഈ അധികാരം പ്രയോഗിക്കുന്നത്. ഇന്ത്യയിൽ ജഡ്ജിമാരെ സംരക്ഷിക്കുകയെന്നതാണ് കോടതിയലക്ഷ്യനിയമത്തിന്റെ പ്രധാനപ്പെട്ട ഉദ്ദേശ്യം.

നിർദ്ദോഷമായ പരിഹാസം ജഡ്ജിമാർ അവഗണിക്കാറുണ്ട്. അതിന് അപവാദമായി പറയാവുന്നത് അരുൺ മിശ്രയുടെ കടുംപിടിത്തമായിരുന്നു. രഞ്ജൻ ഗൊഗോയ് ചീഫ് ജസ്റ്റിസായിരിക്കെ അദ്ദേഹത്തിനെതിരെ ലൈംഗികാതിക്രമം പരസ്യമായി ആരോപിച്ച അദ്ദേഹത്തിന്റെ ജീവനക്കാരിക്കെതിരെ കോടതിയലക്ഷ്യത്തിനു നടപടിയുണ്ടായില്ല. ആരോ

പണത്തിനു തെളിവ് നല്കാൻ വിളിക്കപ്പെട്ടെങ്കിലും പരാതിക്കാരി അതിനു തയ്യാറായില്ല. സസ്പെൻഷൻ പിൻവലിച്ച് അവരെ ജോലിയിൽ തിരിച്ചെടുക്കുന്നതിനുള്ള മഹാമനസ്കത കോടതി കാണിച്ചു. ചീഫ് ജസ്റ്റിസിനെതിരെ ലൈംഗികാരോപണം നടത്തിയ സ്ത്രീ ശിക്ഷിക്കപ്പെട്ടില്ല. കോടതി അടച്ചിട്ട് ചീഫ് ജസ്റ്റിസ് ബൈക്കിൽ കറങ്ങുന്നുവെന്ന് ട്വീറ്റ് ചെയ്ത പ്രശാന്ത് ഭൂഷൺ ശിക്ഷിക്കപ്പെട്ടു.

സത്യം കോടതിയലക്ഷ്യത്തിനുള്ള ന്യായീകരണമായി 2006 ലെ നിയമഭേദഗതിയോടെ സ്വീകരിക്കപ്പെട്ടു. എന്നാൽ എന്താണ് സത്യം എന്ന ചോദ്യം കോടതിയലക്ഷ്യക്കേസുകളിൽ ന്യായാധിപന്മാർ ചോദിക്കാറില്ല.

നിയമത്തിലെ അവ്യക്തത

കോടതിയലക്ഷ്യമെന്നത് ന്യൂനതകൾ ഏറെയുള്ള നിയമമാണ്. വിപുലമായ നടപടിക്രമമില്ലാതെ സ്വേച്ഛാപരമായി പ്രയോഗിക്കപ്പെടുന്ന നിയമമാണത്. സദുദ്ദേശ്യത്തോടെയും ദുരുദ്ദേശ്യമില്ലാതെയും ചെയ്യുന്നതും പറയുന്നതുമായ കാര്യങ്ങൾ കോടതിയലക്ഷ്യമാകാം. സത്യത്തിന്റെ പ്രതിരോധം 2006 ലെ ഭേദഗതിയോടെ ലഭ്യമായി എന്നത് നിയമത്തിൽ ഗുണപരമായി സംഭവിച്ച വലിയ മാറ്റമാണ്. എന്നാൽ പറഞ്ഞതു മുഴുവൻ സത്യമെന്ന് ഒരു വിമർശകനും തെളിയിക്കാൻ കഴിയില്ല. ചീഫ് ജസ്റ്റിസ് ബോബ്ഡെയ്ക്കെതിരെ പ്രശാന്ത് ഭൂഷൺ ട്വീറ്റ് ചെയ്തത് മുഴുവൻ സത്യമായിരുന്നില്ല. കോടതി അടച്ചിട്ടതിനുശേഷമല്ല അദ്ദേഹം നാഗ്പൂരിൽ വന്നത്. കൊവിഡ് കാലത്ത് വീഡിയോ കോൺഫറൻസിങ്ങിലൂടെ പ്രവർത്തിച്ചുകൊണ്ടിരുന്ന ലോകത്തെ ചുരുക്കം കോടതികളിൽ ഒന്നായിരുന്നു ബോബ്ഡെയുടെ കോടതി. ഹെൽമറ്റും മാസ്കും ധരിക്കാതെ അദ്ദേഹം മോട്ടോർ ബൈക്കിൽ സഞ്ചരിച്ചില്ല. നിശ്ചലമായ ബൈക്കിലാണ് അദ്ദേഹം ഫോട്ടോയ്ക്കുവേണ്ടി കയറിയിരുന്നത്. അത് പൊതുനിരത്തായിരുന്നില്ല. ബൈക്കിന്റെ ഉടമ ആരാണെന്ന് അദ്ദേഹം അറിയണമെന്നില്ല. ഡീലറാണ് ആ ആഡംബര ബൈക്കിലേക്ക് ചീഫ് ജസ്റ്റിസിന്റെ ശ്രദ്ധയും സാന്നിദ്ധ്യവും ക്ഷണിച്ചത്. പ്രശാന്ത് ഭൂഷന്റെ ട്വീറ്റിൽ പറയുന്ന ഇക്കാര്യങ്ങൾ സത്യമാണോ അല്ലയോ എന്ന പരിശോധനപോലും അർഹിക്കുന്നില്ല. ഒരു മറുട്വീറ്റ്കൊണ്ട് ചീഫ് ജസ്റ്റിസിനുതന്നെ കൈകാര്യം ചെയ്യാൻ കഴിയുന്ന വിഷയമായിരുന്നു അത്. അല്ലെങ്കിൽ അവഗണിക്കാമായിരുന്നു. പറഞ്ഞ കാര്യങ്ങളിൽ അപകീർത്തിയില്ല. നീതിനിർവ്വഹണത്തിൽ ഇടപെടുന്നതിനുള്ള പ്രവണതയുമില്ല. കഴിഞ്ഞ ആറു വർഷക്കാലം ചീഫ് ജസ്റ്റിസിന്റെ

പദവി വഹിച്ചവരുടെ പ്രവർത്തനം സംശയാസ്പദമാണെന്നായിരുന്നു അടുത്ത ട്വീറ്റ്. ഇതുതന്നെയല്ലേ നാല് ജഡ്ജിമാർ രാഷ്ട്രത്തോട് പരസ്യമായി പറഞ്ഞത്. നിയമത്തിനൊപ്പം ജഡ്ജിമാരുടെ മനോഭാവത്തിലും മാറ്റം വരണം. അങ്ങനെയായാൽ തള്ളേണ്ടതു തള്ളുന്നതിനുള്ള വിവേചനബുദ്ധിയുണ്ടാകും.

ജഡ്ജിമാർക്ക് പ്രതികരിക്കാൻ കഴിയാത്ത നിസ്സഹായാവസ്ഥയിലാണ് കോടതിയലക്ഷ്യനിയമം അനിവാര്യമാകുന്നത് എന്ന വിശദീകരണം പലപ്പോഴും കേൾക്കാറുണ്ട്. പ്രതികരിക്കുന്നതിന് ജഡ്ജിമാർക്ക് തടസ്സമൊന്നുമില്ലെന്ന് അന്നത്തെ നാല് ജഡ്ജിമാർ തെളിയിച്ചു. കോടതിയുടെ പ്രവൃത്തിസമയത്ത് മാധ്യമപ്രവർത്തകരെ സ്വന്തം വീട്ടുമുറ്റത്ത് വിളിച്ചുവരുത്തി സ്വന്തം ചീഫ് ജസ്റ്റിസിനെ വിമർശിക്കാൻ അവർക്ക് യാതൊരു പ്രയാസവുമുണ്ടായില്ല. ആ മാതൃക ഇനിയും പിന്തുടരാം. സോഷ്യൽ മീഡിയ എന്ന ദ്രുതസംവിധാനത്തിലൂടെ ജഡ്ജിമാർക്ക് അനായാസം പ്രതികരിക്കാം. കോടതിയിലിരുന്ന് അവർക്ക് ആരെക്കുറിച്ചും എന്തിനെക്കുറിച്ചും വാർത്താപ്രാധാന്യത്തോടെ സംസാരിക്കാം. കോടതിയുടെ ഔദ്യോഗികസംവിധാനങ്ങളിലൂടെയും കോടതിക്ക് പ്രതികരിക്കാം. കോടതിയുടെ ഒരു വാർത്താക്കുറിപ്പ് ആരാണ് പ്രസിദ്ധീകരിക്കാതിരിക്കുക?

മാറിയ കാലത്ത് ജഡ്ജിമാർ കോടതിയലക്ഷ്യമെന്ന വാൾ അരയുറയിൽ സൂക്ഷിക്കേണ്ടതില്ല. ഔദ്യോഗികമായ കൃത്യനിർവ്വഹണം സുഗമമാക്കുന്നതിനുവേണ്ടി മാത്രമായിരിക്കണം ഉറയിൽ ആ വാൾ സൂക്ഷിക്കേണ്ടത്. നാവരിയുന്നതിനും ചെവി ഛേദിക്കുന്നതിനുമുള്ള ആയുധമാകരുത് അത്. ദുരുദ്ദേശ്യങ്ങൾ മാപ്പാക്കപ്പെടുകയും സദുദ്ദേശ്യങ്ങൾ മാനിക്കപ്പെടുകയും വേണം. പരാമർശം എത്ര ലഘുവാണെങ്കിലും കോടതിയലക്ഷ്യമായി മാറാൻ സാദ്ധ്യതയുണ്ട്. വിമർശനത്തിനെതിരെയുള്ള ജുഡീഷ്യറിയുടെ വൻമതിലാണ് കോടതിയലക്ഷ്യനിയമം. കോട്ടയുടെ കനത്തിലാകരുത് കോടതിയുടെ സുരക്ഷ. തുറന്ന ഇടങ്ങൾ ചിലപ്പോൾ കൂടുതൽ സംരക്ഷിതമാകും.

ഇംഗ്ലണ്ടിൽ കോടതിയലക്ഷ്യനിയമം നവീകരിക്കുന്നതിനുള്ള ശ്രമം 1810 ൽ ആരംഭിച്ചു. ചില്ലറ പരിഷ്കാരങ്ങൾ സമഗ്രമായ നവീകരണത്തിനു വഴിമാറി. 1883 ൽ ലോർഡ് സെൽബോൺ അവതരിപ്പിച്ച ബിൽ കോടതിയലക്ഷ്യത്തെ നിർവ്വചിക്കുകയും ശിക്ഷിക്കുന്നതിനുള്ള കോടതിയുടെ അധികാരത്തെ പരിമിതപ്പെടുത്തുകയും ചെയ്തു. അപ്പീലിനു വ്യവസ്ഥയുണ്ടായി. ഈ മാതൃകയിലാണ് 1926 ൽ ഇന്ത്യയിൽ ആദ്യത്തെ കോടതിയലക്ഷ്യനിയമം ഉണ്ടായത്. ഇരുപതാം നൂറ്റാണ്ടിന്റെ പകുതിയോടെയാണ് കോടതിയലക്ഷ്യനിയമത്തെ നിരവധിയായ മറ്റു സ്വാതന്ത്ര്യങ്ങളുമായി ബന്ധിപ്പിക്കണമെന്ന ചിന്തയുണ്ടായത്.

പത്രങ്ങൾ ബോധപൂർവ്വം കോടതിയെ അപകീർത്തിപ്പെടുത്താനോ

ആക്രമിക്കാനോ തുനിയുന്നില്ലെന്ന് ചൂണ്ടിക്കാട്ടിയ പ്രസ് കമ്മീഷൻ നിലവിലുള്ള അവസ്ഥ തുടരട്ടെ എന്നാണ് 1954 ലെ റിപ്പോർട്ടിൽ നിർദ്ദേശിച്ചത്. നിലവിൽ കാര്യങ്ങൾ അത്ര മോശമല്ലെന്ന പ്രസ് കമ്മീഷന്റെ സമാശ്വാസനിലപാടിന് പൂർണ്ണമായ സ്വീകാര്യത ലഭിച്ചില്ല. നിയമം അധിഷ്ഠിതമാക്കിയ തത്ത്വങ്ങൾതന്നെ പുനഃപരിശോധനയ്ക്ക് വിധേയമാക്കേണ്ടതുണ്ടായിരുന്നു. കോടതിയലക്ഷ്യം സംബന്ധിച്ച് ലഭ്യമായ കേസുകൾ പരിശോധിച്ചിരുന്നുവെങ്കിൽ എല്ലാം നന്നായിരിക്കുന്നുവെന്ന സമാശ്വാസം കമ്മീഷൻ പ്രകടിപ്പിക്കില്ലായിരുന്നു. കോടതികളിലേക്ക് പത്രക്കണ്ണുകൾ അത്ര സാഹസികതയോടെ എത്തിത്തുടങ്ങിയിട്ടില്ലാത്ത കാലത്താണ് പ്രസ് കമ്മീഷന്റെ റിപ്പോർട്ടുണ്ടായത്. പക്ഷേ, കോടതി കാണുന്ന കുറ്റവും നല്കുന്ന ശിക്ഷയും കുറവല്ലായിരുന്നു.

ഇംഗ്ലണ്ടിൽ 1959 ലെ ജസ്റ്റിസ് റിപ്പോർട്ട് കോടതിയലക്ഷ്യത്തിൽ സാരമായ മാറ്റങ്ങൾ വേണമെന്ന് നിർദ്ദേശിച്ചു. ഏതെങ്കിലും കോടതിയിൽ ഒരു തർക്കമോ കേസോ എത്തിയിട്ടുണ്ടോ എന്നറിയാതെ ആ വിഷയത്തെക്കുറിച്ച് അഭിപ്രായം പ്രകടിപ്പിക്കുന്നത് കോടതിയലക്ഷ്യ നിയമപ്രകാരം ശിക്ഷാർഹമായ കുറ്റമാകുന്നതിൽ അപ്രായോഗികതയുണ്ട്. നീതിനിർവ്വഹണത്തിലുള്ള ബോധപൂർവ്വവും ഗുരുതരവുമായ ഇടപെടലാണ് കോടതിയലക്ഷ്യമായി കണക്കാക്കേണ്ടത്. നിർദ്ദേശങ്ങൾ പലതും ഉൾപ്പെടുത്തിക്കൊണ്ട് 1960 ൽ അഡ്മിനിസ്ട്രേഷൻ ഓഫ് ജസ്റ്റിസ് ആക്ട് ഉണ്ടായി.

ജസ്റ്റിസ് റിപ്പോർട്ടിന്റെ മാതൃകയിലാണ് 1963 ൽ സന്യാൽ കമ്മിറ്റി റിപ്പോർട്ടുണ്ടായത്. കോടതിയലക്ഷ്യത്തിന് ശിക്ഷിക്കുന്നതിനുള്ള സുപ്രീം കോടതിയുടെയും ഹൈക്കോടതികളുടെയും അധികാരം ഭരണഘടനാദത്തമായതിനാൽ കോടതിയലക്ഷ്യനിയമത്തിൽ സമഗ്രമായ മാറ്റം അസാദ്ധ്യമാണെന്ന് കമ്മിറ്റി ചൂണ്ടിക്കാട്ടി. ഭരണഘടന നല്കിയത് പാർലമെന്റിന് തിരിച്ചെടുക്കാനാവില്ല. ഭരണഘടന ഭേദഗതി ചെയ്താൽ കോടതി ഇടപെടും. ജഡ്ജിമാരുടെ നിയമനത്തിൽ ഭരണഘടനാബാഹ്യമായി ജുഡീഷ്യറി ആർജ്ജിച്ച അധികാരം എപ്രകാരമാണ് സംരക്ഷിക്കപ്പെടുന്നതെന്ന് നാം കണ്ടു. ദേശീയ ജുഡീഷ്യൽ നിയമന കമ്മീഷൻ രൂപീകരിക്കുന്നതിനുള്ള ഭരണഘടനാ ഭേദഗതി അസാധുവാക്കിക്കൊണ്ട് സ്വന്തം സൃഷ്ടിയായ കൊളീജിയത്തെ ജഡ്ജിമാർ സംരക്ഷിച്ചു. കോടതിയലക്ഷ്യത്തെ സംബന്ധിക്കുന്ന അനുച്ഛേദങ്ങളിൽ മാറ്റം വരുത്താൻ ശ്രമിച്ചാലും ഫലം ഇതുതന്നെയായിരിക്കും. അവകാശലംഘനത്തിനും അപകീർത്തിക്കും മാദ്ധ്യമപ്രവർത്തകർ ഉൾപ്പെടെ ആരെയും ശിക്ഷിക്കുന്നതിനുള്ള അനിയന്ത്രിതമായ അധികാരം നിയമനിർമ്മാണത്തിലൂടെ ക്രമീകരിക്കാൻ പാർലമെന്റ് തയ്യാറാകാത്തതുപോലെയുള്ള അവസ്ഥയാണത്. കോടതിയായാലും പാർലമെന്റായാലും കൈയിലുള്ളത് കളയില്ല. അധികാരം പ്രയോഗിക്കാൻ ആർക്കാണ് ഇഷ്ടമില്ലാത്തത്?

കുറ്റത്തിന്റെ ഗൗരവം

അനുച്ഛേദം 19(2) അനുസരിച്ചുള്ള നിയമനിർമ്മാണം മാത്രമാണ് പിന്നെയുള്ള പോംവഴി. കോടതിയലക്ഷ്യത്തെ അഭിപ്രായപ്രകടനസ്വാതന്ത്ര്യവുമായി പൊരുത്തപ്പെടുത്തുകയെന്ന പരിമിതമായ സാദ്ധ്യത മാത്രമാണ് അവിടെയുള്ളത്. ഈ സാദ്ധ്യത പ്രയോജനപ്പെടുത്തിക്കൊണ്ടാണ് 1971 ലെ കോടതിയലക്ഷ്യനിയമം ഉണ്ടായത്. ഇംഗ്ലീഷ് നിയമത്തിലെ ചില ഘടകങ്ങൾ ഉൾപ്പെടുത്തിക്കൊണ്ടാണ് ഇന്ത്യൻ നിയമം തയ്യാറാക്കപ്പെട്ടത്. ഇതിനിടെ നവീകരണത്തിനുള്ള ശ്രമം ഇംഗ്ലണ്ടിൽ തുടരുന്നുണ്ടായിരുന്നു. ട്രിബ്യൂണലുകളുടെ അന്വേഷണത്തിലിരിക്കുന്ന വിഷയത്തെക്കുറിച്ച് അഭിപ്രായം പറയാൻ അനുവാദമുണ്ടാകണമെന്ന് സാൽമൺ കമ്മീഷൻ ശുപാർശ ചെയ്തെങ്കിലും ടോറി ഗവൺമെന്റ് തയ്യാറായില്ല. സദുദ്ദേശ്യപരമായ പ്രസിദ്ധീകരണത്തെയും പ്രക്ഷേപണത്തെയും കോടതിയലക്ഷ്യത്തിൽനിന്ന് ഒഴിവാക്കണമെന്നാവശ്യപ്പെട്ട് ഒരുകൂട്ടം പാർലമെന്റംഗങ്ങൾ നടത്തിയ ശ്രമവും വിജയിച്ചില്ല. ആ ഗ്രൂപ്പ് അവതരിപ്പിച്ച പ്രസിദ്ധീകരണ സ്വാതന്ത്ര്യ സംരക്ഷണ ബിൽ സ്വീകരിക്കപ്പെട്ടില്ലെങ്കിലും അതിൽ ഉന്നയിക്കപ്പെട്ട ആശയങ്ങൾ ഫിലിമൂർ കമ്മിറ്റിയുടെ പരിഗണനയ്ക്കു വിട്ടു.

താലിഡൊമൈഡ് കേസിൽ പത്രത്തിന് അനുകൂലമായി യൂറോപ്യൻ കോടതി നിലപാട് സ്വീകരിച്ചതിന്റെ പശ്ചാത്തലത്തിൽ പ്രവർത്തനം ആരംഭിച്ച ഫിലിമൂർ കമ്മിറ്റിയുടെ ആലോചന പത്രസംബന്ധിയായ കാര്യങ്ങളിൽ മാത്രമായി പരിമിതപ്പെട്ടില്ല. പത്രങ്ങൾ നേരിടേണ്ടിവരുന്ന പ്രശ്നങ്ങൾ കമ്മിറ്റി പരിഗണിക്കാതെയുമിരുന്നില്ല. ഒരു കേസ് പെൻഡിങ് ആയിരിക്കുന്നതിന്റെ സമയപരിധി നിശ്ചയിച്ചുവെന്നതാണ് പ്രധാനപ്പെട്ട കാര്യം. താലിഡൊമൈഡ് കേസിൽ തീർപ്പ് അനിശ്ചിതമായി നീണ്ടപ്പോഴാണ് *സൺഡേ ടൈംസ്* ഇടപെട്ടത്. പക്ഷേ, സ്ട്രിക്റ്റ് ലയബിലിറ്റി അഥവാ നിഷ്കൃഷ്ട ബാദ്ധ്യത എന്ന തത്ത്വം നിലനിർത്തി. റിപ്പോർട്ടിങ്ങിനേക്കാൾ കമന്റുകളാണ് മാധ്യമങ്ങളെ കുഴപ്പത്തിലാക്കുന്നത്. ഫിലിമൂർ കമ്മിറ്റിയുടെ ശുപാർശകൾ 1971 ലെ ഇന്ത്യൻ കോടതിയലക്ഷ്യനിയമത്തിലെ വ്യവസ്ഥകൾക്കനുസൃതമായിരുന്നു. അത് നമ്മുടെ നിയമനിർമ്മാതാക്കൾക്ക് അഭിമാനിക്കാൻ വക നല്കുന്നതാണ്.

ഇതേ പരിശ്രമം ലോകത്തിന്റെ പല ഭാഗങ്ങളിലും നടക്കുന്നുണ്ടായിരുന്നു. കനേഡിയൻ ലോ കമ്മീഷൻ തയ്യാറാക്കിയ വർക്കിങ് പേപ്പറിൽ കോടതിയിലെ പെരുമാറ്റദൂഷ്യം ഒഴികെയുള്ള കാര്യങ്ങൾ സാധാരണ ക്രിമിനൽ നടപടിക്രമം അനുസരിച്ച് കൈകാര്യം ചെയ്യണമെന്ന നിർദ്ദേശമുണ്ടായി. കോടതിയലക്ഷ്യത്തിനുള്ള ഉദ്ദേശ്യം ഉണ്ടായിരുന്നുവോ എന്ന പരിശോധന പ്രസക്തമായി. പൊതുതാല്പര്യത്തെ മുൻനിർത്തിയുള്ള സത്യപ്രസ്താവന സ്വീകരിക്കാവുന്ന ഡിഫൻസായി. പത്രങ്ങളെ വിശ്വ

സിക്കുകയും കോടതികളെ സംരക്ഷിക്കുകയും ചെയ്യുന്ന സമീപനമാണ് കാനഡയും സ്വീകരിച്ചത്. നീതിനിർവ്വഹണത്തിന് എത്രമാത്രം തടസ്സം സൃഷ്ടിക്കുന്നുവെന്ന പരിശോധനയെ അടിസ്ഥാനമാക്കിയാണ് കാനഡയിൽ കോടതിയലക്ഷ്യത്തിന്റെ ഗൗരവം നിർണ്ണയിക്കുന്നത്. ജഡ്ജിമാർക്കെതിരെയുള്ള പരാമർശങ്ങൾ തടയുന്നതിന് അമേരിക്കൻ കോടതികൾ കോടതിയലക്ഷ്യനിയമം ഉപയോഗിക്കുന്നതേയില്ല. പ്രയോജനരഹിതമായ പഴഞ്ചൻ നിയമമായി കോടതിയലക്ഷ്യത്തെ കാണാനാണ് ജനാധിപത്യരാജ്യങ്ങൾ ഇഷ്ടപ്പെടുന്നത്.

കോടതിയലക്ഷ്യമെന്ന കുറ്റവും അതിനുള്ള ശിക്ഷയും നാം സ്വീകരിച്ചത് ഇംഗ്ലണ്ടിൽനിന്നാണ്. നിയമത്തിന്റെ ഇടപെടൽ ഇല്ലാതെ ഉദാരവും ശ്രേഷ്ഠവും അനുകരണീയവുമായ മാതൃകകൾ ജഡ്ജിമാരുടെ ഭാഗത്തുനിന്ന് ഉണ്ടാകുന്നുണ്ട്. ഇംഗ്ലണ്ടിലെ പ്രസിദ്ധമായ സ്പൈകാച്ചർ കേസുമായി ബന്ധപ്പെട്ട ഒരു സംഭവം കോടതിയലക്ഷ്യക്കേസുകളെക്കുറിച്ചുള്ള ചർച്ചകളിൽ പരാമർശിക്കാറുണ്ട്. മിലിട്ടറി ഇന്റലിജൻസ് (എം ഐ–5) ഓഫീസർ പീറ്റർ റൈറ്റ് 1987 ൽ എഴുതിയ ഓർമ്മക്കുറിപ്പുകളുടെ പേരാണ് സ്പൈകാച്ചർ. രാജ്യരക്ഷയെയും നയതന്ത്രത്തെയും ബാധിക്കുന്നതും പരസ്യപ്പെടുത്താൻ പാടില്ലാത്തതുമായ ചില വിവരങ്ങൾ ഉള്ളതിനാൽ പുസ്തകത്തിന്റെ ബ്രിട്ടനിലെ പ്രസിദ്ധീകരണം കോടതി തടഞ്ഞു. പക്ഷേ, യു എസ് ഉൾപ്പെടെ പല രാജ്യങ്ങളിലും പുസ്തകം പ്രസിദ്ധീകരിക്കുകയും വില്പനയിൽ വലിയ മുന്നേറ്റമുണ്ടാക്കുകയും ചെയ്തു. അയർലണ്ടിൽപ്പോലും പുസ്തകം ലഭ്യമാകുന്ന അവസ്ഥയുണ്ടായി. നിരവധി ആഴ്ചകൾ ബെസ്റ്റ് സെല്ലർ ലിസ്റ്റിൽ ഒന്നാം സ്ഥാനത്തുനിന്ന പുസ്തകം ഏത് രാജ്യത്തുനിന്നും തടസ്സമില്ലാതെ കൊണ്ടുവരാമെന്നിരിക്കേ ബ്രിട്ടനിൽ പ്രസിദ്ധീകരണം വിലക്കുന്ന കോടതിയുടെ ഇൻജങ്ഷൻ അപഹാസ്യമായി തുടർന്നു. അർത്ഥരഹിതമായ ആ ഉത്തരവ് നിലനിർത്തുന്ന വിധി ഹൗസ് ഓഫ് ലോർഡ്സിൽ ഉണ്ടായപ്പോൾ ഡെയ്ലി മിറർ എന്ന ബ്രിട്ടീഷ് ടാബ്ലോയ്ഡ് അസംബന്ധത്തെ ആഘോഷമാക്കി. വിധി പറഞ്ഞ ജഡ്ജിമാരുടെ ചിത്രങ്ങൾ യു ഓൾഡ് ഫൂൾസ് എന്ന ശീർഷകത്തിൽ പത്രം തലകീഴായി കൊടുത്തു. പത്രത്തിനെതിരെ കോടതിയലക്ഷ്യക്കേസ് വന്നപ്പോൾ ബെഞ്ചിലുണ്ടായിരുന്ന ലോർഡ് ടെമ്പിൾട്ടൺ പറഞ്ഞു: "ഞാൻ വൃദ്ധനായി എന്ന കാര്യം നിഷേധിക്കാനാവില്ല. അതാണ് സത്യം. വിഡ്ഢിയാണോ അല്ലയോ എന്നത് മറ്റുള്ളവരാണ് വിലയിരുത്തേണ്ടത്. അതുകൊണ്ട് ഈ പരാമർശം കോടതിയലക്ഷ്യമാകുന്നില്ല." ബ്രെക്സിറ്റ് കേസിൽ 2016 ൽ വിധി പറഞ്ഞ മൂന്ന് ജഡ്ജിമാരുടെ ചിത്രങ്ങൾക്കൊപ്പം ജനങ്ങളുടെ ശത്രുക്കൾ (എനിമീസ് ഓഫ് ദ പീപ്പിൾ) എന്ന ശീർഷകം *ഡെയ്‌ലി മെയ്‌ൽ* നല്കി. കോടതി അത് കണ്ടില്ലെന്നുവച്ചു. ഈ രണ്ട് സന്ദർഭങ്ങളും വേണമെങ്കിൽ വലിയ പ്രശ്നങ്ങളാക്കി മാറ്റാമായിരുന്നു.

പരിപക്വമായ ഈ സമീപനം സ്വീകരിക്കാൻ നമ്മുടെ ജഡ്ജിമാർ തയ്യാറായിട്ടില്ല. അരുന്ധതി റോയിയുടെ വിമർശനത്തോട് ജസ്റ്റിസ് എസ് പി ബറൂച്ച സ്വീകരിച്ച നിലപാട് അപവാദമായി വേണമെങ്കിൽ പരാമർശിക്കാം. ഒരു അണക്കെട്ട് നിർമ്മാണത്തിനു നല്കിയിരുന്ന സ്റ്റേ സുപ്രീം കോടതി പിൻവലിച്ചതായിരുന്നു സന്ദർഭം. അരുന്ധതി റോയിയുടെ വിമർശനം കോടതിയലക്ഷ്യമായി കണക്കാക്കേണ്ടതാണെങ്കിലും അങ്ങനെ ചെയ്യാതിരിക്കുന്നതിനുള്ള വലിപ്പം സുപ്രീം കോടതിക്കുണ്ടെന്ന് ജസ്റ്റിസ് ബറൂച്ച പറഞ്ഞു. പക്ഷേ, കോടതിക്കു പുറത്ത് പ്രകടനം നയിക്കുകയും കോടതിയെ അധിക്ഷേപിക്കുന്ന സത്യവാങ്മൂലം ഫയൽ ചെയ്യുകയും ചെയ്തപ്പോൾ കോടതിയുടെ മട്ടുമാറി. പ്രസിദ്ധയായ ആ വിമർശകയ്ക്ക് ഒരു ദിവസത്തെ തടവും പിഴയും ശിക്ഷയായി കോടതി നല്കി. നിരന്തരം പരിവർത്തനത്തിനു വിധേയമാകുന്ന സാമൂഹിക യാഥാർത്ഥ്യമാണ് നിയമം. ചില നിയമങ്ങൾ സജീവമാകും; ചിലത് പ്രതീകാത്മകമായി നിലനില്ക്കും. കോടതിക്കുവേണ്ടി ഒരുക്കിയ കവചവും ആയുധവുമാണ് കോടതിയലക്ഷ്യനിയമം. സ്വാതന്ത്ര്യത്തിനുവേണ്ടിയുള്ള പ്രക്ഷോഭം ശക്തിയാർജ്ജിക്കുകയും അതിൽ പത്രങ്ങൾ സക്രിയമായ പങ്ക് വഹിക്കാൻ തുടങ്ങുകയും ചെയ്തപ്പോൾ കോടതിയലക്ഷ്യനിയമം അടിച്ചമർത്തലിനുള്ള ഉപകരണമായി അധികാരികൾ വികസിപ്പിച്ചെടുത്തു. രാജ്യദ്രോഹക്കുറ്റത്തിന് അനുബന്ധവും പൂരകവുമായി കോടതിയലക്ഷ്യനിയമം വികസിതമായി. 1926 ലെ നിയമത്തിൽ ഈ സ്വഭാവം പ്രകടമാണ്. അധികാരപ്രയോഗം ആഘോഷമാക്കിയ കോടതികൾ പത്രങ്ങൾക്കുമേലുള്ള നിയന്ത്രണത്തിന്റെ ചരടുകൾ മുറുക്കി. അമിതാധികാരപ്രയോഗത്തിന് തടയിടുന്ന വ്യവസ്ഥകൾ 1971 ലെ നിയമത്തിൽ ഉൾപ്പെടുത്തിയെങ്കിലും ജഡ്ജിമാർ അവയെ മറികടന്ന് താൻപോരിമ തുടർന്നു.

ഇവിടെനിന്ന് ഇനി എങ്ങോട്ട്? നിയമത്തിന്റെ ജനാധിപത്യവല്കരണത്തിനുള്ള ശ്രമം തുടരുന്നുണ്ട്. അതിന്റെ ഒടുവിലത്തെ ശ്രമമായിരുന്നു 2006 ലെ ഭേദഗതി. പക്ഷേ, ഭരണഘടനയുടെ കരുത്തിൽ അഭിരമിക്കുന്ന ജഡ്ജിമാർ സാധാരണനിയമത്തിന്റെ വരുതിയിൽ ഒതുങ്ങാൻ തയ്യാറല്ല. ഇതിനുള്ള ഏറ്റവും നല്ല ഉദാഹരണമാണ് പ്രശാന്ത് ഭൂഷൺ കേസിൽ സുപ്രീം കോടതി സ്വീകരിച്ച വിട്ടുവീഴ്ചയില്ലാത്ത നിലപാട്. കുറ്റക്കാരനെന്നു കണ്ടതിനുശേഷം ശിക്ഷ ഒഴിവാക്കണമെന്ന അറ്റോർണി ജനറലിന്റെ നിർദ്ദേശംപോലും കോടതി സ്വീകരിച്ചില്ല. അറ്റോർണി ജനറലിന്റെ അനുമതിയും ഉപദേശവും കോടതി വേണ്ടെന്നുവച്ചു.

ജഡ്ജിമാരുടെ പശ്ചാത്തലം

ഇ എം എസ് ചൂണ്ടിക്കാണിച്ച ജഡ്ജിമാരുടെ സാമൂഹികപശ്ചാത്തലവും കുടുംബപശ്ചാത്തലവും ഈ കടുംപിടിത്തത്തിന് കാരണമാകുന്നുണ്ട്. അവർ സാമൂഹികയാഥാർത്ഥ്യങ്ങളിൽനിന്ന് അകന്നു കഴി

ഞവരും കഴിയുന്നവരുമാണ്. സബോർഡിനേറ്റ് ജുഡീഷ്യറിയിൽനിന്ന് ഉയർത്തപ്പെട്ടവരൊഴികെയുള്ള ജഡ്ജിമാരെയെടുത്താൽ അവരിൽ മൂന്നിലൊന്ന് പേർ ജഡ്ജിമാരുടെയോ നിയമസംവിധാനത്തിൽ ഉയർന്ന പദവി വഹിച്ചിരുന്നവരുടെയോ ബന്ധുക്കൾ ആണെന്നു കാണാം. മഹാരാഷ്ട്രയിൽ അഡ്വക്കേറ്റ് ജനറലായിരുന്ന അരവിന്ദ് ബോബ്ഡെയുടെ മകനാണ് ഇപ്പോഴത്തെ ചീഫ് ജസ്റ്റിസ് ശരത് അരവിന്ദ് ബോബ്ഡെ. മദ്ധ്യപ്രദേശ് ഹൈക്കോടതി ജഡ്ജിയായിരുന്ന എച്ച് ജി മിശ്രയുടെ മകനാണ് അരുൺ മിശ്ര. ദാസ്യഭാവത്തിലുള്ള വണക്കങ്ങൾക്കിടയിൽ മിലോഡ് വിളികൾ കേട്ട് വളർന്നവർക്ക് വിമർശനത്തിന്റെയും ആക്ഷേപത്തിന്റെയും ഇളംതെന്നൽപോലും സഹിക്കാനാവില്ല. അവർ വാടിപ്പോകും. അവർ തൊട്ടാവാടികളാണ്. കോവിഡിനെതിരെ ആരോഗ്യപ്രവർത്തകർ ധരിക്കുന്ന സുരക്ഷാവസ്ത്രംപോലെയാണ് അവർക്ക് കോടതിയലക്ഷ്യനിയമം.

നിയമത്തിന്റെ വ്യവസ്ഥകൾക്ക് വിധേയമായി ഉത്തരവാദിത്വത്തോടെ പ്രവർത്തിക്കുന്ന സ്ഥാപനങ്ങളാണ് പത്രങ്ങളും ടെലിവിഷനും. അതിൽനിന്ന് വ്യത്യസ്തമാണ് ടിറ്ററിലെ ചീവീടുകൾ. ട്രോളുകളുടെ അവസ്ഥയും വ്യത്യസ്തമല്ല. ഫേസ്ബുക്കിലും വാട്സ്ആപ്പിലും നിറയുന്ന അഭിപ്രായങ്ങളുടെ പിന്നാലെ പോയാൽ കാറ്റാടികളോടു മല്ലടിക്കാൻപോയ സാങ്കോ പാൻസയുടെ അനുഭവമായിരിക്കും ഉണ്ടാവുക. കോടതിയുടെ സമയവും ഊർജ്ജവും ഇതിനുവേണ്ടി പാഴാക്കരുത്. ഗൗരവമുള്ള വിമർശനം മാത്രമാണ് കോടതി കണക്കിലെടുക്കേണ്ടത്. വിമർശനത്തോടുള്ള ജുഡീഷ്യൽ സഹിഷ്ണുതയുടെ അതിരറിയാത്ത ആളല്ല പ്രശാന്ത് ഭൂഷൺ. കോടതിയെ വിമർശിക്കുന്നതിൽ അദ്ദേഹം തുടക്കക്കാരനുമല്ല. അഴിമതി ഉൾപ്പെടെയുള്ള ആരോപണങ്ങൾ ഉന്നയിച്ചുകൊണ്ട് ഇതിനു മുമ്പും അദ്ദേഹം ജഡ്ജിമാരെ പ്രകോപിപ്പിച്ചിട്ടുണ്ട്.

കോടതിയെ അപവദിക്കുകയോ അപവദിക്കുന്നതിന് പ്രേരണയാവുകയോ അല്ലെങ്കിൽ കോടതിയുടെ അധികാരത്തെ ഇകഴ്ത്തുകയോ ചെയ്യുന്നതെന്തും ക്രിമിനൽ സ്വഭാവമുള്ള കോടതിയലക്ഷ്യമാണ്. രാജ്യങ്ങളുടെ ആയുധശേഖരത്തിൽ ആറ്റംബോംബുള്ളത് ഇടയ്ക്കിടെ ഇട്ടുനോക്കാനല്ല. കോടതിയലക്ഷ്യത്തിന് ശിക്ഷിക്കുന്നതിനുള്ള അധികാരം ഇടയ്ക്കിടെ പ്രയോഗിച്ച് സാധുത പുതുക്കേണ്ടതില്ല. സിവിൽ സ്വഭാവമുള്ള കോടതിയലക്ഷ്യമാണ് കോടതികൾക്ക് അനുദിനം കൈകാര്യം ചെയ്യേണ്ടിവരുന്നത്. കോടതിയുടെ ഉത്തരവുകൾ ബോധപൂർവ്വം വകവയ്ക്കാതിരിക്കുന്നതാണ് ഈ കുറ്റം. ഇവിടെ പ്രതിസ്ഥാനത്ത് വരുന്നത് സർക്കാരും സർക്കാരിന്റെ ഉദ്യോഗസ്ഥരുമാണ്. ദീർഘകാലത്തെ യാതനാപൂർണ്ണമായ യജ്ഞംകൊണ്ട് സമ്പാദിക്കുന്ന ഉത്തരവ് നടപ്പാക്കിയെടുക്കുന്നതിന് പാവം മനുഷ്യർക്ക് കോടതിയലക്ഷ്യഹർജിയുമായി വീണ്ടും കോടതിയെ സമീപിക്കേണ്ടിവരുന്നു. ക്രിമിനൽ കോടതിയലക്ഷ്യം കൈകാര്യം

ചെയ്യുമ്പോഴുള്ള ശൗര്യം ഈ വിഷയത്തിൽ കോടതി കാണിക്കാറില്ല. ഉദ്യോഗസ്ഥർക്ക് ഇത് പ്രോത്സാഹനമാകുന്നു. കോടതിയുടെ അധികാരത്തെ ഇകഴ്ത്തുന്നത് കോടതിയലക്ഷ്യമാണെങ്കിൽ കോടതിയുടെ ഉത്തരവ് അനുസരിക്കാത്ത കളക്ടർ അല്ലെങ്കിൽ സെക്രട്ടറി ചെയ്യുന്നത് അതുതന്നെയാണ്. കോടതിയിൽ പോയിട്ടെന്തു കാര്യം എന്ന് ഒരു സാധാരണ പൗരൻ സന്ദേഹിക്കുന്നുവെങ്കിൽ അതിനു കാരണക്കാരനാകുന്ന ഐ എ എസ് ഉദ്യോഗസ്ഥന്റെ പ്രവൃത്തി കോടതിയലക്ഷ്യമാണ്. അതിനു പകരം ക്ലാസിൽ വർത്തമാനം പറയുന്ന കുട്ടികളെ പ്രഹരിക്കുന്ന പഴയ കാലത്തെ അദ്ധ്യാപകരെപ്പോലെ വർത്തമാനം പറയുന്നവരെ ശിക്ഷിക്കുന്ന കോടതിക്ക് എന്തോ മറച്ചുവയ്ക്കാനുണ്ടെന്ന തോന്നൽ ജനത്തിനുണ്ടാകും. ഈ തിരിച്ചറിവ് നിമിത്തമായിരിക്കാം ഇംഗ്ലണ്ടിൽ അപവാദം പറയുന്നത് കോടതിയലക്ഷ്യക്കുറ്റങ്ങളുടെ പട്ടികയിൽനിന്ന് 2013 ൽ നീക്കം ചെയ്തു. പ്രശാന്ത് ഭൂഷന്റെ ട്വീറ്റ് ഇന്ന് ഇംഗ്ലണ്ടിൽ കുറ്റമായി കണക്കാക്കുന്നില്ല. സുതാര്യമായ നടപടികളിലൂടെ ആരോപണങ്ങളെ നിർവീര്യമാക്കുകയാണ് വേണ്ടത്. പൊതിഞ്ഞുവച്ചാൽ മുറിവായാലും മാങ്ങയായാലും പെട്ടെന്ന് പഴുക്കും. ചീഫ് ജസ്റ്റിസിനെതിരെ ഏറ്റവും ഗുരുതരമായ ലൈംഗികാതിക്രമപരാതിയാണ് ജീവനക്കാരി ഉന്നയിച്ചത്. അന്വേഷണം നടന്നില്ല. പരാതിക്കാരിയെ നിശ്ശബ്ദയാക്കി കാര്യം അവസാനിപ്പിച്ചു. പ്രശാന്ത് ഭൂഷന്റെ ലിസ്റ്റിൽ ഈ ചീഫ് ജസ്റ്റിസുമുണ്ട്.

പ്രശാന്ത് ഭൂഷന്റെ ആറു വർഷം 2014 മുതലാണെങ്കിൽ എച്ച് എൽ ദത്തു, ടി എസ് ഠാക്കൂർ, ജെ എസ് കേഹർ, ദീപക് മിശ്ര, രഞ്ജൻ ഗൊഗോയ്, എസ് എ ബോബ്ഡെ എന്നിവരാണ് ഈ കാലയളവിലെ ചീഫ് ജസ്റ്റിസുമാർ. ആറു വർഷം ആരംഭിക്കുന്നത് 2013 മുതലാണെങ്കിൽ പി സദാശിവംകൂടി അക്കൂട്ടത്തിൽപ്പെടും. ചില പേരുകൾക്ക് അല്പം ദോഷമുണ്ടെന്ന് എല്ലാവർക്കുമറിയാം. പ്രത്യേകമായ ദോഷമെന്തെന്ന് പ്രശാന്ത് ഭൂഷൺ പറഞ്ഞിട്ടുമില്ല. ഇവരിൽ ചിലരുടെ കാലത്ത് ജനാധിപത്യം നശിപ്പിക്കപ്പെട്ടതായി ചരിത്രം വിലയിരുത്തുമെന്നാണ് അദ്ദേഹം പറഞ്ഞത്. ദീപക് മിശ്രയെക്കുറിച്ച് രഞ്ജൻ ഗൊഗോയിയും മൂന്ന് സഹജഡ്ജിമാരും 2018 ൽ പറഞ്ഞതും ഇതുതന്നെയായിരുന്നു. ആരോപണത്തിന് വ്യക്തത വരുത്താതിരിക്കുകയെന്നത് പ്രശാന്ത് ഭൂഷന്റെ സ്വഭാവമാണ്. അവസാനത്തെ 16 ചീഫ് ജസ്റ്റിസുമാരിൽ പകുതി അഴിമതിക്കാരാണെന്നാണ് 2009 ൽ അദ്ദേഹം പറഞ്ഞത്. അതിന് കോടതിയലക്ഷ്യം വേറെയുണ്ട്. പകുതി ആരെന്ന് പറഞ്ഞില്ലെങ്കിൽ മുഴുവൻ പേരും സംശയിക്കപ്പെടും.

കോടതിയുടെ അന്തസ്സ്, അധികാരം എന്നിങ്ങനെയുള്ള പ്രയോഗങ്ങൾക്ക് രാജവാഴ്ചയുമായി ബന്ധമുണ്ട്. ഇംഗ്ലണ്ടിൽ രാജാവ് നേരിട്ട്

നീതിനിർവ്വഹണം നടത്തിയിരുന്ന കാലത്താണ് ഇത്തരം ആശയങ്ങൾ ഉണ്ടായത്. അന്ന് നീതിയുടെ ഉറവിടം രാജാവായിരുന്നു. രാജാവിന്റെ കോടതിയെ ധിക്കരിക്കുന്നത് രാജാവിനെ ധിക്കരിക്കുന്നതിന് തുല്യമായിരുന്നു. രാജവാഴ്ച നിലനില്ക്കുന്ന ബ്രിട്ടനിൽ അതോടൊപ്പം പാർലമെന്ററി ജനാധിപത്യവുമുണ്ട്. പാർലമെന്റുകളുടെ മാതാവാണ് ബ്രിട്ടീഷ് പാർലമെന്റ്. ഈ തിരിച്ചറിവിലാണ് ഹൗസ് ഓഫ് ലോർഡ്സിനു പകരം പരമാധികാരകോടതിയായി 2009 ൽ സുപ്രീം കോടതി സ്ഥാപിതമായത്. കോടതിയലക്ഷ്യമെന്ന കുറ്റമേ എടുത്തുകളയണമെന്ന് 2012 ൽ യു കെ ലോ കമ്മീഷൻ ശുപാർശചെയ്തു. കോടതികളെ മഹത്ത്വവല്ക്കരിക്കുന്നതിന്റെ ഭാഗമായി കണ്ടെത്തിയതാണ് കോടതിയലക്ഷ്യമെന്ന് കമ്മീഷൻ ചൂണ്ടിക്കാട്ടി. ഇന്ത്യയിലെ കോടതി രാജാവിന്റെയോ സാമ്രാജ്യത്തിന്റെയോ അധികാരത്തിന്റെ തുടർച്ചയല്ല. ഫെഡറൽ കോടതിയുടെ പ്രവർത്തനം 1950 ജനുവരി 28 ന് അവസാനിപ്പിച്ചുകൊണ്ടാണ് നമ്മുടെ സുപ്രീം കോടതി പ്രവർത്തനം ആരംഭിച്ചത്. ജനങ്ങൾ നിർമ്മിച്ച ഭരണഘടനയുടെ സൃഷ്ടിയാണത്. ജനങ്ങൾക്ക് ആ കോടതിയിൽ വിശ്വാസമുള്ളിടത്തോളം ആർക്കും ആ കോടതിയെ അപകീർത്തിപ്പെടുത്താനോ കോടതിയുടെ അന്തസ്സിടിക്കാനോ കഴിയില്ല. കൊളോണിയൽ വസ്ത്രസംവിധാനവും പെരുമാറ്റവും മാത്രമല്ല കൊളോണിയൽ വണക്കവും അഭിസംബോധനയും ജഡ്ജിമാർ പ്രതീക്ഷിക്കുന്നുണ്ട്. അനുകൂലമായ ഉത്തരവിനുവേണ്ടിയാണെങ്കിലും അടിമയ്ക്കു സമാനമായ പ്രണാമം ജഡ്ജിയുടെ മുന്നിൽ അഭിഭാഷകർ അർപ്പിക്കുന്നത് ജനാധിപത്യത്തിനു ചേർന്നതല്ല. വ്യക്തിയുടെ ഗൗരവം ഭരണഘടനയുടെ ആമുഖത്തിൽ കാണുന്ന പദമാണ്. ആത്മഗൗരവം എന്നുവേണമെങ്കിലും പറയാം. അതിനു നിരക്കുന്ന ചേഷ്ടകളല്ല കോടതികളിൽ അഭിഭാഷകർ കാണിക്കുന്നത്.

കോടതിയുടെ അധികാരവും നീതിനിർവ്വഹണസംവിധാനത്തിലുള്ള വിശ്വാസവും നിലനിർത്തുകയെന്നത് പൊതുസമൂഹത്തിന്റെ ആവശ്യമാണ്. എന്നാൽ വ്യാഖ്യാനസാദ്ധ്യതകൾ ഏറെയുള്ള ക്രിമിനൽ കോടതിയലക്ഷ്യനിയമത്തിന്റെ പ്രയോഗം ഈ ആവശ്യത്തിന് അനുസൃതമല്ല. ഒരു പൗരന് ക്രിമിനൽ കോടതിയലക്ഷ്യഹർജി ഫയൽ ചെയ്യണമെങ്കിൽ ഹൈക്കോടതിയിൽ അഡ്വക്കേറ്റ് ജനറലിന്റെയും സുപ്രീം കോടതിയിൽ അറ്റോർണി ജനറലിന്റെയും അനുമതി ആവശ്യമുണ്ട്. കോടതിക്ക് സ്വമേധയാ നടപടിയെടുക്കുന്നതിന് ഈ അനുമതി ആവശ്യമില്ല. ഇത് പ്രശ്നത്തെ കൂടുതൽ സങ്കീർണ്ണമാക്കുന്നു. പ്രസ്താവനയിലെ സത്യവും ഉത്തമവിശ്വാസവും 2006 മുതൽ പരിഗണനാവിഷയമാണ്. എന്നിട്ടും വിരമിച്ച ഒരു ചീഫ് ജസ്റ്റിസിനെ മോശമായി ചിത്രീകരിച്ചുവെന്ന ആക്ഷേപം *മിഡ്-ഡേ* എന്ന പത്രത്തിനെതിരെ ഉണ്ടായപ്പോൾ സത്യം, ഉത്തമവിശ്വാസം എന്നീ വാദങ്ങൾ ഉയർത്തിയെങ്കിലും അവയൊന്നും പരിഗണിക്കാതെ ഡൽഹി ഹൈക്കോടതി പത്രാധിപരെ ശിക്ഷിച്ചു.

അനിശ്ചിതമായ അതിരുകളിൽ അവ്യക്തമായി അലയുന്ന നിയമമെന്നാണ് കോടതിയലക്ഷ്യനിയമത്തെ ജസ്റ്റിസ് വി ആർ കൃഷ്ണയ്യർ വിശേഷിപ്പിച്ചത്. പൗരസ്വാതന്ത്ര്യങ്ങളെ ഹനിക്കുന്ന പല നിയമങ്ങളിൽ പ്രധാനപ്പെട്ടതാണ് കോടതിയലക്ഷ്യനിയമം. കോടതിയലക്ഷ്യനിയമം പൊതുതാല്പര്യത്തിന് അത്യന്താപേക്ഷിതമാണെങ്കിൽ അതിന്റെ അതിരുകൾ നിർണ്ണയിക്കണം. വേലി കെട്ടാതെ അഴിച്ചുവിട്ടാൽ പശു എവിടെയെല്ലാം എന്തെല്ലാം കടിക്കുമെന്ന് പറയാനാവില്ല. സംസാരിക്കുന്നതിനും അഭിപ്രായം പ്രകടിപ്പിക്കുന്നതിനുമുള്ള സ്വാതന്ത്ര്യം മൗലികാവകാശമായി അംഗീകരിച്ചിരിക്കുന്ന നമ്മുടെ ജനാധിപത്യവ്യവസ്ഥയുമായി പൊരുത്തപ്പെടാത്തതാണ് ക്രിമിനൽ കോടതിയലക്ഷ്യം.

വിമർശകരെ നിശ്ശബ്ദരാക്കിക്കൊണ്ട് കോടതിക്ക് ആദരണീയത ആർജ്ജിക്കാനാവില്ല. സ്വതന്ത്രഭാഷണത്തെ കൃത്രിമമായി തടഞ്ഞാൽ സ്ഥിതി കൂടുതൽ വഷളാകും. കോടതിയലക്ഷ്യനിയമംവഴി ഉറപ്പാക്കുന്ന നിർബ്ബന്ധിതനിശ്ശബ്ദത ആദരവിനേക്കാൾ അവജ്ഞയാണ് കോടതിക്ക് നേടിക്കൊടുക്കുന്നതെന്ന് 1941 ൽ ബ്രിജെസ് വേഴ്സസ് കാലിഫോർണിയ കേസിൽ യു എസ് സുപ്രീം കോടതി പറഞ്ഞിട്ടുണ്ട്.

കോടതിയിൽ കാണുന്നതും കേൾക്കുന്നതും

ഇലക്ട്രോണിക് മാധ്യമത്തിന്റെ ആധിക്യം കോടതിയും മാധ്യമങ്ങളും തമ്മിലുള്ള ബന്ധത്തിൽ പുനർനിർവ്വചനം ആവശ്യപ്പെടുന്നുണ്ട്. ചാനലുകളുടെ ആധിക്യം ഇടർച്ചയുണ്ടാക്കുന്ന മത്സരത്തിനു കാരണമാകുന്നു. ഇന്റർനെറ്റിൽ അധിഷ്ഠിതമായ മാധ്യമങ്ങളുടെ ആധിപത്യകാലത്ത് മര്യാദയുടെ സീമയും നിയമത്തിന്റെ നിയന്ത്രണവും വിസ്മരിക്കപ്പെടുന്നു.

പ്രതിയെ കൃത്യമായി തിരിച്ചറിയുന്നതിനുള്ള ഐഡന്റിഫിക്കേഷൻ പരേഡ് ടെലിവിഷൻ ചാനലുകളുടെ ആവിർഭാവത്തിനുമുമ്പ് കൃത്യമായി നടന്നിരുന്നു. ഇന്ന് അറസ്റ്റിനുമുമ്പേ പ്രതിയുടെ ചിത്രം ചാനലുകളിൽ തെളിയും. കുറ്റപത്രം പൊലീസ് സമർപ്പിക്കുന്നതിനുമുമ്പേ ചാനലുകളിൽ ചർച്ച കഴിഞ്ഞിട്ടുണ്ടാകും. വിസ്താരവും വിചാരണയും ചാനലുകൾ മത്സരിച്ച് നടത്തിക്കൊണ്ടിരിക്കുന്നു. വിധിയും അവതാരകർ പ്രസ്താവിക്കുന്നു. കോടതി നടപടികളുടെ വികലമായ റിപ്പോർട്ടിങ്ങും പ്രതിയെ പ്രതികൂലമായി ബാധിക്കുന്നു. ഇതൊന്നും നിയമം അനുവദിക്കുന്ന സ്വതന്ത്രമായ മാധ്യമപ്രവർത്തനത്തിന്റെ ഭാഗമല്ല. ഇരയുടെയെന്നപോലെ പ്രതിയുടെയും അവകാശങ്ങൾ വിലപ്പെട്ടതാണ്. അവയോടും മാധ്യമങ്ങൾക്ക് ആദരവുണ്ടാകണം.

ഈ അവസ്ഥയെക്കുറിച്ച് ലോ കമ്മീഷൻ 1973 ൽ സമർപ്പിച്ച ഇരുന്നൂറാമത്തെ റിപ്പോർട്ടിൽ വിശദമായി പ്രതിപാദിക്കുന്നുണ്ട്. പുതിയ വാർത്താസംപ്രേഷണരീതികൾ ക്രിമിനൽ നീതിനിർവ്വഹണത്തെ എപ്രകാരം ബാധിക്കുന്നുവെന്ന കാര്യമാണ് കമ്മീഷൻ പരിശോധിച്ചത്. ക്രിമിനൽ കേസുകളിൽ സംശയിക്കപ്പെടുന്നവരെയും അറസ്റ്റിലാകുന്നവരെയും മാത്രമല്ല സാക്ഷികളെയും ജഡ്ജിമാരെത്തന്നെയും പല തരത്തിൽ ബാ

ധിക്കുന്ന അവസ്ഥയുണ്ടായിരിക്കുന്നുവെന്ന് കമ്മീഷൻ കണ്ടു. നീതിനിർവ്വഹണത്തെ തടസ്സപ്പെടുത്തുകയെന്ന ഉദ്ദേശ്യത്തോടെയുള്ള ബോധപൂർവ്വമായ ഇടപെടലാണ് മാധ്യമങ്ങൾ എപ്പോഴും നടത്തുന്നതെന്ന് പറയാനാവില്ല. നിയമത്തെക്കുറിച്ചും നടപടിക്രമത്തെക്കുറിച്ചുമുള്ള അജ്ഞതയും ഇതിനു കാരണമാകുന്നു. മാധ്യമപഠനത്തിൽ ഇത്തരം വിഷയങ്ങൾ ഉൾപ്പെടുത്തേണ്ടതിന്റെ പ്രാധാന്യവും കമ്മീഷൻ എടുത്തു പറഞ്ഞു.

അഭിപ്രായപ്രകടന സ്വാതന്ത്ര്യത്തിന്റെ ഭാഗമായ മാധ്യമസ്വാതന്ത്ര്യത്തിനാണോ അതോ എവിടെനിന്നുമുള്ള ഇടപെടൽ ഇല്ലാതെ നിഷ്പക്ഷവും നീതിപൂർവ്വകവുമായ രീതിയിൽ നടക്കുന്ന വിചാരണയിൽ പങ്കെടുക്കുന്നതിനുള്ള പ്രതിയുടെ അവകാശത്തിനാണോ പ്രാമുഖ്യം നല്കേണ്ടതെന്ന ചോദ്യത്തിന് കൃത്യമായ ഉത്തരം കമ്മീഷൻ നല്കിയില്ല. ഉത്തരം നല്കാൻ പ്രയാസമാണ്. മാധ്യമവിചാരണയിലെ അപകടം ചൂണ്ടിക്കാണിക്കുമ്പോഴും ചിലപ്പോൾ മാധ്യമങ്ങളുടെ ഇടപെടൽ പ്രതിയുടെ അവകാശങ്ങൾ സംരക്ഷിക്കാൻ ഇടയാവാറുണ്ടെന്ന കാര്യം വിസ്മരിക്കാനാവില്ല. എല്ലാ കാര്യങ്ങളിലും പൊതുതാല്പര്യമുണ്ട്. പൊതുതാല്പര്യമുള്ള വിഷയങ്ങളിൽ പൊതുചർച്ച സ്വാഭാവികമാണ്. പൊതുചർച്ചയുടെ വേദിയാണ് മാധ്യമങ്ങൾ. ജുഡീഷ്യറിയുടെ സ്വാതന്ത്ര്യവും ജനാധിപത്യത്തിൽ പരമപ്രധാനമാണ്. മാധ്യമങ്ങൾ ഉൾപ്പെടെ ആരുടെയും സമ്മർദ്ദമില്ലാതെ കേസുകൾ വിചാരണ നടത്തി തീർപ്പാക്കാൻ കോടതിക്കു കഴിയണം. പൊരുത്തപ്പെടുന്നില്ലെന്ന് തോന്നിയേക്കാവുന്ന ഒട്ടേറെ താല്പര്യങ്ങൾ ഓരോ സന്ദർഭത്തിലും ഉയർന്നുവരും. അവയെ സമരസപ്പെടുത്താൻ കോടതിക്കു കഴിയണം.

വിശദീകരണത്തിന് അവസരം നല്കാതെ കുറ്റാരോപിതനെ ശിക്ഷിക്കരുത്. ഏദൻ തോട്ടത്തിൽ സ്ഥാപിതമായ സ്വാഭാവികനീതിയുടെ അലംഘനീയമായ തത്ത്വമാണിത്. വിലക്കപ്പെട്ടതു ചെയ്തവരോട് ചോദ്യം ഉണ്ടായി. എന്നാൽ ഏദൻ തോട്ടത്തിലെ വിചാരണയിൽ പ്രോസിക്യൂട്ടറും സാക്ഷികളും ഉണ്ടായിരുന്നില്ല. കാണികളും ഉണ്ടായിരുന്നില്ല. എല്ലാം കാണുകയും അറിയുകയും ചെയ്യുന്ന ന്യായാധിപന് ചോദ്യത്തിന്റെയും ഉത്തരത്തിന്റെയും ആവശ്യമുണ്ടായിരുന്നില്ല. എന്നിട്ടും വിചാരണ പരസ്യമായിരുന്നു. നീതി ഉറപ്പാകണമെങ്കിൽ വിചാരണ പരസ്യമായിരിക്കണം. ഈ തത്ത്വങ്ങളിൽ അധിഷ്ഠിതമാണ് റോമൻ നിയമം. എന്നിട്ടും ഒരു റോമൻ ഗവർണർ നടത്തിയ പ്രസിദ്ധമായ വിചാരണ അസമയത്ത് സ്വകാര്യമായിട്ടായിരുന്നു. സിസെറോ എന്ന പ്രഗത്ഭനായ അഭിഭാഷകനെ ചരിത്രത്തിനു സംഭാവനചെയ്ത റോമൻ നിയമസംവിധാനം യേശുവിന് അഭിഭാഷകന്റെ സേവനം നല്കിയില്ല. അവിടെ നീതി പരാജയപ്പെട്ടു. അപ്പീലിന് അവസരം നല്കാതെ ശിക്ഷ മണിക്കൂറുകൾക്കകം നടപ്പാക്കപ്പെട്ടു. അടിമയെപ്പോലെ പ്രതി കുരിശിൽ തറയ്ക്കപ്പെട്ടു. ഇത്തരം നീതിനിഷേധങ്ങൾ ഒഴിവാക്കുന്നതിനുവേണ്ടിയാണ് വിചാരണ പരസ്യമായി സാവകാശം നടത്തണമെന്നു പറയുന്നത്. വൈകുന്ന നീതി നിഷേധിക്കപ്പെടുന്ന നീ

തിയാകുമെങ്കിൽ ദ്രുതനീതി മൃതനീതിയാകും.

ഈ അവസ്ഥയിലാണ് തുറന്ന കോടതി എന്ന ആശയമുണ്ടായത്. പുറത്ത് പ്രതിയുടെ രക്തത്തിനുവേണ്ടി ആർപ്പുവിളിക്കാൻ ജനക്കൂട്ടം ഉണ്ടായിരുന്നെങ്കിലും പീലാത്തോസിന്റെ കോടതി അടഞ്ഞ കോടതിയായിരുന്നു. ഉത്തരവാദിത്വത്തോടെ നടപടികൾ വീക്ഷിക്കുന്നതിന് ആരുമില്ലാത്തപ്പോഴാണ് കോടതി അടഞ്ഞ കോടതിയാകുന്നത്. നീതിദേവത, ഗാന്ധാരിയെപ്പോലെ, സദാ കണ്ണുകെട്ടിയ അവസ്ഥയിലാണ്. നീതിദേവത കണ്ണുകെട്ടിയിരിക്കുമ്പോൾ കണ്ണ് തുറന്നിരിക്കാൻ ആരെങ്കിലും വേണം. ഇല്ലെങ്കിൽ ക്രിക്കറ്റിലെന്നപോലെ കോടതിയിലും ഒത്തുകളി ഉണ്ടാകും. ഒത്തുകളിയുടെ ആഴങ്ങൾ അറിയുന്നതിന് നീര റാഡിയയുമായി ബന്ധപ്പെട്ട് കുപ്രസിദ്ധി ആർജ്ജിച്ച പ്രസിദ്ധനായ ആർ കെ ആനന്ദിന്റെ അനുഭവം വായിച്ചാൽ മതി. ഇന്ത്യയിലെ ഏറ്റവും പ്രസിദ്ധനായ അഭിഭാഷകനായിരുന്നു പ്രധാനമന്ത്രിമാരുടെ അഭിഭാഷകനായിരുന്ന ആനന്ദ്. 2000 മുതൽ 2006 വരെ അദ്ദേഹം പാർലമെന്റംഗവുമായിരുന്നു. എന്നിട്ടും കോടതിയിൽ പ്രോസിക്യൂട്ടറുമായുണ്ടായ ഒത്തുകളിയിൽ അദ്ദേഹം പിടിക്കപ്പെട്ടു. ശിക്ഷിക്കപ്പെട്ടു. അപമാനിതനായി അദ്ദേഹത്തിന് പരസ്യജീവിതം അവസാനിപ്പിക്കേണ്ടിവന്നു.

ആനന്ദിന്റെ ഒത്തുകളി പരസ്യമായത് മാധ്യമങ്ങളിലൂടെയായിരുന്നു. മാധ്യമങ്ങളുടെ അസാന്നിദ്ധ്യത്തിൽ ഒത്തുകളികൾ മൂടിവയ്ക്കപ്പെടും. മൂന്ന് പൊലീസുകാരടക്കം ആറു പേർ കൊല്ലപ്പെട്ട ബി എം ഡബ്ല്യു വാഹനാപകടക്കേസിൽ പ്രധാനസാക്ഷിയെ പണം കൊടുത്ത് സ്വാധീനിക്കാൻ ശ്രമിക്കുന്ന ദൃശ്യങ്ങളാണ് എൻ ഡി ടി വി ഒളിക്യാമറയിൽ പകർത്തി സംപ്രേഷണം ചെയ്തത്. പ്രതിഭാഗം അഭിഭാഷകൻ ആർ കെ ആനന്ദും പ്രോസിക്യൂട്ടർ ഐ യു ഖാനുമാണ് ഹീനമായ ഒത്തുകളി നടത്തിയത്. ഒളിക്യാമറയിലെ ദൃശ്യങ്ങൾ തെളിവായി സ്വീകരിച്ചുകൊണ്ട് ഡൽഹി ഹൈക്കോടതി ഈ പ്രമുഖ അഭിഭാഷകരെ ശിക്ഷിച്ചു. ഇരുവരുടെയും സീനിയർ അഭിഭാഷകപദവി റദ്ദാക്കി. രണ്ടു പേരെയും നാലു മാസത്തേക്ക് കോടതിയിൽ ഹാജരാകുന്നതിൽനിന്ന് വിലക്കി. രണ്ടായിരം രൂപ പിഴയും അടയ്ക്കേണ്ടിവന്നു. ശിക്ഷ കുറഞ്ഞുപോയെന്ന് വ്യാപകമായ പരാതിയുണ്ടായി. നാണം കെടുന്നതിനേക്കാൾ വലിയ ശിക്ഷയുണ്ടോ? ജീവപര്യന്തം തടവിനേക്കാൾ വലിയ ശിക്ഷയല്ലേ ജീവപര്യന്തം അപമാനം.

സ്വാഭാവികനീതിയുടെ തത്ത്വങ്ങൾക്കനുസൃതമായി നീതിനിർവ്വഹണം ശരിയായി നടക്കണമെങ്കിൽ കോടതി നടപടികൾ തുറന്ന കോടതിയിൽ പരസ്യമായി നടക്കണം. നീതി നിർവ്വഹിക്കപ്പെട്ടാൽ പോരാ, നിർവ്വഹിക്കപ്പെട്ടുവെന്ന് നിസ്സംശയം ലോകത്തിന് ബോദ്ധ്യമാവുകയും വേണം. 1924 ലെ സസക്സ് ജസ്റ്റീസസ് കേസിൽ ലോർഡ് ഹിവാർട്ടാണ് ഇപ്രകാരം പറഞ്ഞത്. പരസ്യവിചാരണ പ്രതിയുടെ അവകാശമാണെന്ന് യൂറോപ്യൻ മനുഷ്യാവകാശ കൺവെൻഷൻ (അനുച്ഛേദം 6) പ്രഖ്യാപി

ക്കുന്നു. ഈ തത്ത്വം പ്രാവർത്തികമാകണമെങ്കിൽ വിചാരണ തുറന്ന കോടതിയിൽ നടക്കണം. 1913 ലെ സ്കോട്ട് വേഴ്സസ് സ്കോട്ട് കേസിൽ ലോർഡ് ഹാലിസ്ബറി നിരീക്ഷിച്ചതുപോലെ നീതിന്യായക്കോടതികൾ രാജാവിന്റെ ഓരോ പ്രജയുടെ മുന്നിലും തുറന്നുകിടക്കണം. പ്രജകളിൽ റിപ്പോർട്ടർമാരും ഉൾപ്പെടുന്നു. നിയമവ്യവസ്ഥയുടെ മേന്മയും നിലവാരവും ഉറപ്പാക്കുന്നതിൽ പത്രങ്ങൾ വഹിക്കുന്ന പങ്ക് വിശദീകരിച്ചുകൊണ്ട് 1974 ലെ ഡെൻബി ജസ്റ്റീസസ് കേസിൽ ലോർഡ് ചീഫ് ജസ്റ്റീസ് വിജെറി ചൂണ്ടിക്കാട്ടിയതും ഇക്കാര്യം തന്നെ. വിചാരണ നടന്ന കോടതി തുറന്ന കോടതിയായിരുന്നോ അല്ലയോ എന്നതിന്റെ പ്രധാനപ്പെട്ട തെളിവ് അവിടെ പത്രപ്രവർത്തകരുടെ സാന്നിദ്ധ്യം ഉണ്ടായിരുന്നുവോ ഇല്ലയോ എന്നതാണ്. ലോർഡ് ചീഫ് ജസ്റ്റീസ് വിജെറിയുടെ ഈ അഭിപ്രായത്തിന്റെ സാരാംശം ഉൾക്കൊള്ളാതെയാണ് കേരളത്തിലെ അഭിഭാഷകർ കോടതികളിൽ മാധ;മപ്രവർത്തകരുടെ പ്രവേശം തടഞ്ഞത്. നടപടികൾ ഇൻ ക്യാമറയാക്കുന്ന ജഡ്ജിമാരും ചിലപ്പോൾ ഈ തത്ത്വം മറന്നുപോകാറുണ്ട്.

തുറന്ന കോടതിയെന്നത് തർക്കിച്ച് അടയ്ക്കാൻ കഴിയാത്ത നിയമതത്ത്വമാണ്. അഡ്ജുഡിക്കേഷൻ എന്നത് സ്വകാര്യമായ ഏർപ്പാടല്ലാത്തതിനാൽ നിയമനടപടികൾ നടക്കേണ്ടത് തുറന്ന കോടതിയിലാണ്. ജനാലകളും വാതിലുകളും തുറന്നു കിടക്കാം. അല്ലെങ്കിൽ അടഞ്ഞു കിടക്കാം. അതിനപ്പുറം വിനീതനായ അല്ലെങ്കിൽ വിനീതയായ ഒരു റിപ്പോർട്ടറുടെ നിയന്ത്രിതമല്ലാത്ത സാന്നിദ്ധ്യമാണ് കോടതിയെ തുറന്ന കോടതിയാക്കുന്നത്. എന്നാൽ സുവിദിതമായ ഈ തത്ത്വത്തിന് അപവാദങ്ങൾ പലതുണ്ട്.

ഇൻ ക്യാമറ എന്നത് നമുക്ക് പരിചയമുള്ള പദമാണ്. അടഞ്ഞ മുറിയിൽ നടക്കുന്ന നടപടികളാണ് ഇൻ കാമറ പ്രൊസീഡിങ്സ് എന്നറിയപ്പെടുന്നത്. അടഞ്ഞ കോടതിയിൽ അന്യർക്ക് പ്രവേശനമില്ല. ചില പ്രത്യേക സാഹചര്യങ്ങളിൽ നടപടികൾ ഇൻ കാമറ ആക്കുന്നതിന് കോടതിക്ക് അധികാരമുണ്ട്. കൊച്ചിയിൽ നടിയെ ആക്രമിച്ച കേസിലെ വിചാരണ രഹസ്യത്തിലായിരുന്നു. അത് റിപ്പോർട്ട് ചെയ്യപ്പെട്ടില്ല. അങ്ങനെ അടച്ചിട്ട കോടതിയിലെ നടപടികൾ മാധ്യമങ്ങൾക്ക് റിപ്പോർട്ട് ചെയ്യാമോ? അങ്ങനെയുള്ള റിപ്പോർട്ടിങ് കോടതിയലക്ഷ്യമാകുമോ? *ബ്ലിറ്റ്സ്* കേസ് എന്നറിയപ്പെടുന്ന 1966 ലെ മിറാജ്കർ കേസിൽ സുപ്രീം കോടതി ഈ ചോദ്യങ്ങൾക്ക് ഉത്തരം കണ്ടെത്തി. ഒരു അപകീർത്തിക്കേസിലെ നടപടികൾ ഇൻ കാമറയായി നടത്തണമെന്നും അതു സംബന്ധിച്ച വിവരങ്ങൾ റിപ്പോർട്ട് ചെയ്യുന്നതിൽനിന്ന് പത്രങ്ങളെ വിലക്കണമെന്നുമുള്ള അപേക്ഷ ബോംബെ ഹൈക്കോടതിയിൽ ജസ്റ്റിസ് തർക്കുണ്ഠെ അംഗീകരിച്ചതിനെതിരെയായിരുന്നു കേസ്. തർക്കുണ്ഠെയുടെ നിരോധന ഉത്തരവ് *ബ്ലിറ്റ്സ്* ലംഘിച്ചു. അറിയുന്നതിനുള്ള അവകാശവും അറിയിക്കുന്നതിനുള്ള ഉത്തരവാദിത്വവും ഒരു ഉത്തരവിലൂടെ വിലക്കുന്നതിനുള്ള

അധികാരം കോടതിക്കുണ്ടോ എന്ന ചോദ്യം *ബ്ലിറ്റ്സ്* ഉന്നയിച്ചു. സുപ്രീം കോടതിയിൽ കേസ് കേട്ട ഒൻപത് ജഡ്ജിമാരും നടപടികൾ പരസ്യമായിരിക്കേണ്ടതിന്റെ ആവശ്യകത അംഗീകരിച്ചു. അതേസമയം നടപടികൾ രഹസ്യത്തിൽ നടത്തുന്നതിനുള്ള കോടതിയുടെ അധികാരത്തെക്കുറിച്ച് വ്യത്യസ്തമായ അഭിപ്രായങ്ങളുണ്ടായി. കോടതിയിലെത്തുന്ന വ്യവഹാരികളുടെ തർക്കത്തിൽ ഇടപെട്ട് പരിഹാരം കാണുകയെന്നതാണ് കോടതിയുടെ പ്രധാനപ്പെട്ട ചുമതലയെന്ന് ചീഫ് ജസ്റ്റിസ് ഗജേന്ദ്രഗാഡ്കർ അഭിപ്രായപ്പെട്ടു. ഭൂരിപക്ഷം ജഡ്ജിമാരും അദ്ദേഹത്തിനൊപ്പമായിരുന്നു. ഈ നിലപാടിന്റെ അടിസ്ഥാനത്തിലാണ് നടപടികൾ രഹസ്യമാക്കുന്നതിനും പ്രസിദ്ധീകരണം വിലക്കുന്നതിനുമുള്ള കോടതിയുടെ അധികാരം പരിശോധിക്കപ്പെട്ടത്. വ്യവഹാരികളുടെ സ്വകാര്യതാല്പര്യങ്ങൾക്കപ്പുറം നീതിനിർവ്വഹണത്തിൽ അന്തർല്ലീനമായിരിക്കുന്ന പൊതുതാല്പര്യംകൂടി കോടതി കണക്കിലെടുക്കണമെന്ന് സുപ്രീം കോടതി അഭിപ്രായപ്പെട്ടു. തുറന്ന കോടതിയിലെ വിചാരണ നീതിനിർവ്വഹണത്തിനു തടസ്സമാകുമെന്ന അപൂർവ്വഘട്ടത്തിൽ മാത്രമേ അടഞ്ഞ കോടതിയെക്കുറിച്ച് ചിന്തിക്കാവൂ എന്ന് സുപ്രീം കോടതി ചൂണ്ടിക്കാട്ടി. മിറാജ്കർ കേസിലെ വിധി അംഗീകരിച്ചുകൊണ്ട് 2010 ലെ മുഹമദ് ഷഹാബുദീൻ കേസിലെ വിധിയിൽ സുപ്രീം കോടതി വിഷയത്തിൽ കുറേക്കൂടി വ്യക്തത വരുത്തി. ഇപ്രകാരം വ്യക്തമാക്കപ്പെട്ട നിർദ്ദേശങ്ങൾക്കപ്പുറം നിർദ്ദേശങ്ങളൊന്നും ഇക്കാര്യത്തിൽ ആവശ്യമില്ലെന്ന് 2012 ലെ സഹാറ കേസിലും വാദമുണ്ടായി.

മാർഗ്ഗനിർദ്ദേശം വേണ്ട

കോടതിയുടെ പരിഗണനയിലിരിക്കുന്ന വിഷയങ്ങൾ കൈകാര്യം ചെയ്യുമ്പോൾ മാധ്യമങ്ങൾ പാലിക്കേണ്ടതായ പൊതുതത്ത്വങ്ങൾ പുതുതായി ആവിഷ്കരിക്കാൻ സഹാറ കേസിൽ സുപ്രീം കോടതി തയ്യാറായില്ല. മാധ്യമസ്വാതന്ത്ര്യവും നീതിനിർവ്വഹണവും തമ്മിലുള്ള ഭരണഘടനാപരമായ സന്തുലിതത്വം കണക്കാക്കുമ്പോൾ റിപ്പോർട്ടിങ്ങിന് ഏകപക്ഷീയമായി മാർഗ്ഗനിർദ്ദേശങ്ങൾ ഏർപ്പെടുത്താനാവില്ലെന്ന് ചീഫ് ജസ്റ്റിസ് കപാഡിയ പറഞ്ഞു. കേസ് സുപ്രീം കോടതിയുടെ പരിഗണനയിലിരിക്കെ വാദിയും പ്രതിയും തമ്മിലുള്ള സ്വകാര്യസന്ദേശങ്ങൾ അവരുടെ അനുവാദമില്ലാതെ പരസ്യപ്പെടുത്തിയ ടി വി ചാനലിനെതിരെയുള്ള കേസിലാണ് സുപ്രീം കോടതി നിലപാടുകൾ ആവർത്തിച്ചത്. ഓപ്പൺ ജസ്റ്റിസ് എന്നത് അലംഘനീയമായ തത്ത്വമല്ല. ഉചിതമായ സന്ദർഭങ്ങളിൽ റിപ്പോർട്ടിങ്ങിന് താല്ക്കാലികമായ വിലക്കേർപ്പെടുത്താം. പക്ഷേ, അത് ഭരണഘടനയുടെ അനുച്ഛേദം 19(2) അനുവദിക്കുന്ന പരിധിക്കുള്ളിലായിരിക്കണം.

റിപ്പോർട്ടിങ്ങിന് നിയന്ത്രണം വേണമെന്ന് കേരളത്തിലെ അഭിഭാ

ഷകരും ചില ജഡ്ജിമാരും ലാഘവത്തോടെ ആവശ്യപ്പെട്ടെങ്കിലും സുപ്രീം കോടതിയെ പലപ്പോഴും പ്രതിസന്ധിയിലാക്കിയിട്ടുള്ള വിഷയമാണിത്. സിക്കിം ഹൈക്കോടതി ചീഫ് ജസ്റ്റീസായിരുന്ന പി ഡി ദിനകരനെതിരെ ഇംപീച്ച്മെന്റിന്റെ ഭാഗമായി നടന്ന അന്വേഷണവിവരങ്ങൾ പ്രസിദ്ധീകരിക്കുന്നതിൽനിന്ന് മാധ്യമങ്ങളെ വിലക്കണമെന്ന ആവശ്യമുണ്ടായി. തെളിയിക്കപ്പെടാത്ത ആരോപണങ്ങൾ മാധ്യമങ്ങളിൽ ഇടംപിടിച്ചാൽ ആരോപണവിധേയർക്ക് ആജീവനാന്തം നിലനില്ക്കുന്ന ഹാനി ഉണ്ടാകുമെന്ന വാദത്തോട് ജി എസ് സിങ്വിയും സി കെ പ്രസാദും ചേർന്ന ബെഞ്ച് യോജിച്ചു. പക്ഷേ, മാധ്യമങ്ങളുടെ ആധിപത്യകാലത്ത് ഇതിനെതിരെ ഒന്നും ചെയ്യാനാവില്ലെന്ന് കോടതി പറഞ്ഞു. സുപ്രീം കോടതിയിൽനിന്ന് പിരിഞ്ഞതിനുശേഷം ജസ്റ്റീസ് പ്രസാദ് പ്രസ് കൗൺസിൽ ചെയർമാനായി നിയമിക്കപ്പെട്ടു.

വിചാരണയ്ക്കുമുമ്പേ അന്യായത്തിലെ ആക്ഷേപങ്ങൾ പരസ്യപ്പെടുത്തുന്നതിലെ ആശാസ്യത പലപ്പോഴും ചർച്ച ചെയ്യപ്പെടാറുണ്ട്. നീതിനിർവ്വഹണത്തിലുള്ള ഇടപെടൽ ആകാത്തിടത്തോളം അത് കോടതിയലക്ഷ്യമാകുന്നില്ല. നടപടികളിലെ ഏതു ഘട്ടത്തെയാണ് മാധ്യമങ്ങളുടെ ദൃഷ്ടിയിൽ പെടാതെ മാറ്റിനിർത്തേണ്ടത് എന്ന ചോദ്യത്തിന് പെട്ടെന്ന് ഉത്തരം പറയാനാനാവില്ല. വിഷയം സബ് ജുഡീസാകുമ്പോൾ മുതൽ റിപ്പോർട്ടിങ്ങിലും അഭിപ്രായപ്രകടനത്തിലും നിയന്ത്രണമുണ്ടെന്നതാണ് പൊതുധാരണ. എന്നാൽ എപ്പോഴാണ് വിഷയം സബ് ജുഡീസാകുന്നത് എന്ന കാര്യത്തിൽ അഭിപ്രായവ്യത്യാസമുണ്ട്. കോടതിയുടെ പരിഗണനയിൽ എന്നാണ് സബ് ജുഡീസ് എന്ന പദത്തിന്റെ അർത്ഥം. ഈ വിഷയം നമ്മൾ നേരത്തെ ചർച്ചചെയ്തു കഴിഞ്ഞു.

സൂപ്പർ ഇൻജങ്ഷൻ എന്നറിയപ്പെടുന്ന സവിശേഷമായ നിരോധന ഉത്തരവ് ബ്രിട്ടീഷ് കോടതികൾ പുറപ്പെടുവിക്കുന്നുണ്ട്. കേസിനെ സംബന്ധിക്കുന്ന വിവരങ്ങൾ പ്രസിദ്ധപ്പെടുത്തുന്നത് വിലക്കുന്ന ഇൻജങ്ഷനു പുറമേ അങ്ങനെയൊരു വിലക്കുണ്ടെന്ന വിവരം വായനക്കാരെയും പ്രേക്ഷകരെയും അറിയിക്കുന്നത് വിലക്കുന്ന ഉത്തരവാണ് സൂപ്പർ ഇൻജങ്ഷൻ. ട്രാഫിഗറ എന്ന കമ്പനിയുടെ കേസിലാണ് സൂപ്പർ ഇൻജങ്ഷൻ പ്രസിദ്ധമായത്. ഐവറി കോസ്റ്റിൽ മാരകമായ മാലിന്യം തള്ളുന്നുവെന്ന റിപ്പോർട്ട് പ്രസിദ്ധപ്പെടുത്തുന്നതിൽനിന്ന് മാധ്യമങ്ങളെ വിലക്കുന്ന ഉത്തരവ് ലണ്ടൻ ഹൈക്കോടതി നല്കി. അങ്ങനെയൊരു ഇൻജങ്ഷൻ കോടതി പുറപ്പെടുവിച്ചുവെന്ന വാർത്ത നല്കരുതെന്ന മറ്റൊരു ഇൻജങ്ഷൻകൂടി കോടതി പുറപ്പെടുവിച്ചു. അങ്ങേയറ്റം ആക്ഷേപകരവും ജനാധിപത്യവിരുദ്ധവുമായ ഉത്തരവാണ് സൂപ്പർ ഇൻജങ്ഷൻ എന്ന കാര്യത്തിൽ തർക്കമില്ല. ട്രാഫിഗറയ്ക്കെതിരായ റിപ്പോർട്ട് പ്രസിദ്ധപ്പെടുത്താൻ തയ്യാറായ *ദ് ഗാർഡിയനെ*തിരെയായിരുന്നു സൂപ്പർ ഇൻജങ്ഷൻ. ട്വിറ്ററിലൂടെ തനിക്കെതിരെയുള്ള വിലക്ക് പത്രാധിപർ സമർത്ഥമായി വായനക്കാരെ അറിയിച്ചു. സൂപ്പർ ഇൻജങ്ഷന്റെ ആശാസ്യതയെക്കുറിച്ച് പാർലമെന്റ്

ചർച്ച ചെയ്യുമെന്ന ഘട്ടമായപ്പോൾ പ്രസിദ്ധീകരണവിലക്കുകൾ പിൻവലിക്കാൻ ട്രാഫിഗറ സമ്മതിച്ചു. ചരിത്രത്തിന്റെ ഭാഗമായിത്തീർന്ന പോരാട്ടങ്ങളിലൂടെ നേടിയെടുത്ത സ്വാതന്ത്ര്യങ്ങൾക്കെതിരായ കൈയേറ്റങ്ങളെ പാരമ്പര്യമാധ്യമങ്ങളും ഇന്റർനെറ്റും ചേർന്ന് പരാജയപ്പെടുത്തി.

സ്വകാര്യത തുടങ്ങിയ വിഷയങ്ങളിൽ എതിർകക്ഷികൾക്ക് നോട്ടീസ് നല്കുകയോ പൊതുതാല്പര്യത്തെ മുൻനിർത്തിയുള്ള പരിശോധന നടത്തുകയോ ചെയ്യാതെ അനവധാനതയോടെ കോടതികൾ സൂപ്പർ ഇൻജങ്ഷൻ നല്കുന്നതിന്റെ ഉദാഹരണമാണ് ട്രാഫിഗറ. ഈ കേസ് ചില പുനർവിചിന്തനങ്ങൾക്കും വീണ്ടുവിചാരങ്ങൾക്കും കാരണമായി. പാർലമെന്റിൽ ഒരു വിഷയം ചർച്ച ചെയ്യുന്നതിന് വിലക്കേർപ്പെടുത്തുന്ന രീതിയിൽ കോടതികൾ ഉത്തരവുകൾ പുറപ്പെടുവിക്കുന്നത് ഭരണഘടനാപരമായി ശരിയല്ലെന്ന് ലോർഡ് ചീഫ് ജസ്റ്റീസ് ലോർഡ് ജഡ്ജ് അഭിപ്രായപ്പെട്ടു. ജുഡീഷ്യൽ റിവ്യൂ ഇല്ലാത്ത സംവിധാനമായതിനാൽ ബ്രിട്ടനിൽ പാർലമെന്റിനാണ് പരമാധികാരം. 2009 ൽ ഇംഗ്ലണ്ട് ഫുട്ബോൾ ക്യാപ്റ്റൻ ജോൺ ടെറിക്ക് അനുകൂലമായി നല്കപ്പെട്ട സൂപ്പർ ഇൻജങ്ഷൻ ഹൈക്കോടതി പിൻവലിച്ചു. മറ്റൊരു ഫുട്ബോൾ താരത്തിന്റെ മുൻ കാമുകിയുമായുള്ള വിവാഹേതരബന്ധത്തിന്റെ വാർത്തയായിരുന്നു സൂപ്പർ ഇൻജങ്ഷനിലൂടെ തടയപ്പെട്ടത്. ബ്രിട്ടനിലെ പരമാധികാരകോടതിയായിരുന്ന ഹൗസ് ഓഫ് ലോർഡ്സിനു പകരമായി 2009 ൽ സ്ഥാപിതമായ സുപ്രീം കോടതിയുടെ ആദ്യ ഉത്തരവ് മാധ്യമങ്ങൾക്കെതിരെയുണ്ടായ വിലക്ക് പിൻവലിക്കുന്നതായിരുന്നു. സംശയിക്കപ്പെട്ട അഞ്ച് ഭീകരരുടെ പേരുകൾ പരസ്യപ്പെടുത്തുന്നതിനായിരുന്നു വിലക്ക്. ആ പേരുകൾ പരസ്യമാക്കുന്നതാണ് പൊതുതാല്പര്യത്തിന് നല്ലതെന്ന് കോടതി കണ്ടു. നീതീകരണമില്ലാത്ത രീതിയിൽ മാധ്യമങ്ങൾക്കെതിരെ കോടതികൾ വിലക്കുത്തരവുകൾ നല്കുന്ന പ്രവണതയെ സുപ്രീം കോടതി അപലപിച്ചു. വിലക്ക് മാത്രമല്ല വിലക്ക് ലംഘിച്ചാൽ കോടതിയലക്ഷ്യത്തിന് ശിക്ഷയുമുണ്ട്.

കർണ്ണന്റെ ജയിൽവാസം

കോടതിയലക്ഷ്യത്തെക്കുറിച്ചുള്ള പഠനത്തിൽ ഒഴിവാക്കാനാവാത്ത പേരാണ് ജസ്റ്റിസ് സി എസ് കർണ്ണൻ. അദ്ദേഹം ആദ്യം മദ്രാസ് ഹൈക്കോടതിയിലും പിന്നീട് കല്ക്കട്ട ഹൈക്കോടതിയിലും ജഡ്ജിയായിരുന്നു. 2017 ജൂൺ 12 ന് അദ്ദേഹം സർവ്വീസിൽനിന്ന് വിരമിച്ചു. അതിനുശേഷം ജൂൺ 21 മുതൽ ആറുമാസം കൊല്ക്കത്തയിലെ പ്രസിഡൻസി ജയിലിൽ അദ്ദേഹം അന്തേവാസിയായിക്കഴിഞ്ഞു. കോടതിയലക്ഷ്യത്തിന് സുപ്രീം കോടതി നല്കിയ ശിക്ഷയായിരുന്നു അത്. വിധി വന്നയുടൻ ഒളിവിൽ പോയില്ലായിരുന്നുവെങ്കിൽ ഹൈക്കോടതി ജഡ്ജിയായിരിക്കേ ജയിൽവാസം അനുഭവിച്ച ആദ്യത്തെ ആളായി കർണ്ണൻ ചരിത്രത്തിൽ ഇടംപിടിക്കുമായിരുന്നു.

തന്റെ അജ്ഞതയെയും അപകർഷതാബോധത്തെയും ദളിത് കവചം ഉപയോഗിച്ച് മറയ്ക്കാൻ ശ്രമിച്ചയാളാണ് കർണ്ണൻ. ആദ്യം അദ്ദേഹം മദ്രാസ് ഹൈക്കോടതിയിലെ സഹപ്രവർത്തകർക്കെതിരെ ദളിത്വിരുദ്ധത ആരോപിച്ചു. കൊല്ക്കത്ത ഹൈക്കോടതിയിലേക്ക് മാറ്റിയപ്പോൾ അദ്ദേഹത്തിന്റെ ആക്രമണം സുപ്രീം കോടതിക്കു നേരെയായി. മനോനില തെറ്റിയ അവസ്ഥയിലായിരുന്നു അദ്ദേഹത്തിന്റെ പെരുമാറ്റം. ചീഫ് ജസ്റ്റിസ് കേഹറിനെയും മറ്റ് ഏഴ് സുപ്രീം കോടതി ജഡ്ജിമാരെയും അഞ്ചു വർഷത്തെ കഠിനതടവിനു ശിക്ഷിക്കുന്ന വിധിയോടെയാണ് അദ്ദേഹത്തിന്റെ ഉന്മാദാവസ്ഥ പൂർണ്ണതയിലെത്തിയത്. ശാരീരികമോ മാനസികമോ ആയ കാരണങ്ങളാൽ ഒരു ജഡ്ജിക്ക് തന്റെ ചുമതലകൾ നിർവ്വഹിക്കാൻ കഴിയാത്ത അവസ്ഥ ഉണ്ടായാൽ എന്തു ചെയ്യാൻ കഴിയും? ചുമതലകളിൽ നിന്ന് അദ്ദേഹത്തെ ഒഴിവാക്കിനിർത്തുന്നതിനുള്ള അധികാരം ചീഫ് ജസ്റ്റിസിനുണ്ട്. ദുർവൃത്തിയുടെയോ അപ്രാപ്തിയുടെയോ പേരിൽ ജഡ്ജിയെ പിരിച്ചുവിടാൻ രാഷ്ട്രപതിക്ക് അധികാരമുണ്ട്. പക്ഷേ, അതിന് അങ്ങനെ നിർദ്ദേശിക്കുന്ന നിവേദനം പാർലമെന്റിന്റെ ഇരുസഭകളും നിശ്ചിതഭൂരിപക്ഷത്തോടെ പാസാക്കിയിരിക്കണം. ഇംപീച്ച്മെന്റ് എന്നാണ് ഈ പ്രക്രിയ അറിയപ്പെടുന്നത്. ജയിൽശിക്ഷയ്ക്ക് അർഹനായ ജഡ്ജിക്കെതിരെ ഇതായിരുന്നില്ലേ ആദ്യം ചെയ്യേണ്ടിയിരുന്നത്? ഇത്തരം സന്ദർഭങ്ങളിൽ ചില ഇൻഹൗസ് നടപടിക്രമങ്ങളുണ്ട്. അതും പാലിക്കപ്പെട്ടില്ല. ജസ്റ്റിസ് സൗമിത്ര സെന്നിനെതിരെ സാമ്പത്തിക ക്രമക്കേടുകൾ ആരോപിക്കപ്പെട്ടപ്പോൾ ചീഫ് ജസ്റ്റിസായിരുന്ന കെ ജി ബാലകൃഷ്ണൻ അപ്രകാരമാണ് പ്രവർത്തിച്ചത്. പക്ഷേ, കർണ്ണന്റെ കാര്യത്തിൽ സംഭവിച്ചതൊന്നും ക്രമപ്രകാരമായിരുന്നില്ല. ചീഫ് ജസ്റ്റിസ് ജഗദീഷ് സിങ് ഖേഹറിന്റെ ബെഞ്ചിൽ ജെ ചേലമേശ്വറും അരുൺ മിശ്രയും സഹജഡ്ജിമാരായി ഉണ്ടായിരുന്നു. ദേശീയ ജുഡീഷ്യൽ നിയമന കമ്മീഷൻ നിയമം അസാധുവാക്കിയ അഞ്ചംഗ ഭരണഘടനാബെഞ്ചിന് നേതൃത്വം നല്കിയ ഖേഹർ കർണ്ണാടക ചീഫ് ജസ്റ്റിസ് പി ഡി ദിനകരനെ നീക്കം ചെയ്യുന്നതിനുള്ള ജഡ്ജസ് ഇൻക്വയറി കമ്മിറ്റിയിൽ അംഗമായിരുന്നു.

കർണ്ണനെ ആറു മാസം തടവിന് സുപ്രീം കോടതി ശിക്ഷിക്കുമ്പോൾ അദ്ദേഹത്തിന്റെ കാലാവധി അവസാനിക്കുന്നതിന് ഒരു മാസം മാത്രമാണ് ബാക്കിയുണ്ടായിരുന്നത്. വിധി ഒരു മാസം കഴിഞ്ഞ് പറയുന്നതിനുള്ള ക്ഷമ കോടതി കാണിച്ചിരുന്നുവെങ്കിൽ ഒരു സിറ്റിങ് ജഡ്ജിയെ ജയിലിലേക്കയച്ചു എന്ന ദുഷ്പേര് ഒഴിവാക്കാമായിരുന്നു. അത്തരം കാര്യങ്ങളൊന്നും അരുൺ മിശ്രയ്ക്ക് ബാധകമല്ലെന്ന് പ്രശാന്ത് ഭൂഷൺ കേസിലും കേരളവുമായി ബന്ധപ്പെട്ട പള്ളി പിടിക്കൽ– ഫ്ളാറ്റ് പൊളിക്കൽ കേസുകളിലും നാം കണ്ടു. ചേലമേശ്വർ പ്രത്യേകം വിധി എഴുതിയെങ്കിലും നിലപാട് വ്യത്യസ്തമായിരുന്നില്ല. കർണ്ണൻ സ്വയം ഒളിവിൽ പോയതുകൊണ്ട് സിറ്റിങ് ജഡ്ജിയെ പൊലീസുകാർ ജയിലിലേക്ക് പിടിച്ചുകൊണ്ടുപോകുന്ന അപമാനകരമായ ദൃശ്യം ഒഴിവായി.

കർണ്ണന് ലഭിച്ച ശിക്ഷ പൊതുവെ സ്വാഗതം ചെയ്യപ്പെടുകയാണു ണ്ടായത്. സന്തോഷകരമായ വാർത്തയെന്നാണ് പ്രശാന്ത് ഭൂഷൺ ട്വീറ്റ് ചെയ്തത്. പ്രശാന്ത് ഭൂഷന്റെ ശിക്ഷ വന്നപ്പോൾ കർണ്ണൻ ഒന്നും ട്വീറ്റ് ചെയ്ത് കണ്ടില്ല. ദളിതനോട് വിവേചനം എന്ന കർണ്ണന്റെ ആക്ഷേപം ശരിവയ്ക്കുന്ന രീതിയിലായിരുന്നു കർണ്ണൻ കേസിലെ കോടതി നടപടി യും സാമൂഹിക പ്രതികരണവും. പതിന്നാല് സുപ്രീം കോടതി ജഡ്ജി മാർക്കും മദ്രാസ് ഹൈക്കോടതിയിലെ 19 ജഡ്ജിമാർക്കുമെതിരെ കർ ണ്ണൻ അഴിമതി ആരോപിച്ചപ്പോൾ കർണ്ണന്റെ പ്രസ്താവനകൾ മാധ്യമങ്ങൾ പ്രസിദ്ധീകരിക്കുന്നതിന് വിലക്കുണ്ടായി. ഏത് നിയമം നല്കുന്ന അധി കാരം ഉപയോഗിച്ചാണ് സുപ്രീം കോടതി അങ്ങനെ ചെയ്തതെന്ന് വ്യ ക്തമല്ല. ചീഫ് ജസ്റ്റിസുമാർക്കെതിരെ അഴിമതിയും ജനാധിപത്യവിരു ദ്ധതയും ആരോപിച്ച പ്രശാന്ത് ഭൂഷണ് ലഭിച്ച പരിഗണനയും പരിരക്ഷയും കർണ്ണൻ എന്ന ജഡ്ജിക്ക് ലഭിച്ചില്ല. സ്വാഭാവികനീതിയുടെ തത്ത്വങ്ങൾ കർണ്ണന്റെ കാര്യത്തിൽ പാലിക്കപ്പെട്ടില്ല.

സുപ്രീം കോടതി ജഡ്ജിയായിരുന്ന മാർക്കണ്ഠേയ കട്ജുവിനെതി രെ സുപ്രീം കോടതി ആരംഭിച്ച കോടതിയലക്ഷ്യ നടപടി ക്ഷമാപണത്തി ന്റെ അടിസ്ഥാനത്തിൽ അവസാനിപ്പിക്കാതെയിരുന്നെങ്കിൽ കർണ്ണന്റെ കേസിന്റെ പ്രാധാന്യം വളരെ കുറഞ്ഞുപോകുമായിരുന്നു. സൗമ്യയെ തീ വണ്ടിയാത്രയ്ക്കിടയിൽ ബലാൽസംഗം ചെയ്ത് കൊലപ്പെടുത്തിയ കേസിൽ പ്രതി ഗോവിന്ദച്ചാമിയെ കൊലപാതകക്കുറ്റത്തിൽനിന്ന് മുക്തനാ ക്കി ശിക്ഷ ജീവപര്യന്തം തടവായി പരിമിതപ്പെടുത്തിയ വിധിയെ വിമർ ശിച്ച് കട്ജു എഴുതിയ ബ്ലോഗാണ് കോടതിയലക്ഷ്യമായി പരിഗണി ക്കപ്പെട്ടത്. പിന്നീട് ചീഫ് ജസ്റ്റിസായ രഞ്ജൻ ഗൊഗോയ് നേതൃത്വം നല്കിയ മൂന്നംഗ ബെഞ്ചിന്റേതായിരുന്നു വിധി. നിയമത്തിന്റെ പ്രാഥമി കപാഠം അറിയാതെയുള്ള അബദ്ധജടിലമായ വിധി എന്നാണ് ഗൊഗോ യ് എഴുതിയ വിധിയെക്കുറിച്ച് കട്ജു അഭിപ്രായപ്പെട്ടത്. കട്ജുവിന്റെ സം ശയനിവാരണത്തിനായി മുഖാമുഖചർച്ചയ്ക്ക് അദ്ദേഹത്തെ കോടതിയി ലേക്ക് വിളിപ്പിച്ചു. തർക്കം മൂത്തപ്പോൾ കട്ജുവിനെ കോടതിയിൽനിന്ന് ബലമായി ഇറക്കിവിട്ടു. അതിനുശേഷം കട്ജു നടത്തിയ ഖേദപ്രകടനം അംഗീകരിച്ചുകൊണ്ട് അദ്ദേഹത്തിനെതിരെയുള്ള നടപടികൾ കോടതി അവസാനിപ്പിക്കുകയായിരുന്നു.

പൊതുതാല്പര്യത്തിന്റെ ചൂളമടികൾ

പത്രപ്രവർത്തകർ വെളിപ്പെടുത്തുന്നതെല്ലാം അവർ കണ്ടെത്തുന്നതാണെന്ന ധാരണ പൊതുവെയുണ്ട്. വെളിപ്പെടണമെന്ന് ആരോ ആഗ്രഹിക്കുന്നത് അവരിലൂടെ വെളിപ്പെടുത്തപ്പെടുന്നു എന്നതാണ് വാസ്തവം. പത്രപ്രവർത്തനത്തിലേക്ക് കടക്കുമ്പോൾ കരുതേണ്ടത് ഫോൺ നമ്പർ എഴുതാനുള്ള ചെറിയ പുസ്തകമാണ്. ഇന്ന് ഫോണിൽത്തന്നെ നമ്പറുകൾ സൂക്ഷിക്കാമെന്നുള്ളതുകൊണ്ട് പുസ്തകം വേണ്ട. ഒരു വിവരത്തിനുവേണ്ടി വിശ്വസിച്ച് വിളിക്കാവുന്നവരുടെ നമ്പറുകൾ വർഷങ്ങളിലൂടെ വർദ്ധിക്കുന്നതനുസരിച്ച് റിപ്പോർട്ടറുടെ പ്രവർത്തനമികവും വർദ്ധിക്കും. വിവരത്തിനുവേണ്ടി റിപ്പോർട്ടർ ആശ്രയിക്കുന്നയാളെ പത്രഭാഷയിൽ സോഴ്സ് എന്നു പറയുന്നു.

പരസ്പരവിശ്വാസത്തിലും സഹകരണത്തിലും അധിഷ്ഠിതമാണ് റിപ്പോർട്ടറും സോഴ്സും തമ്മിലുള്ള ബന്ധം. വിശ്വസനീയവും ആധികാരികവുമായ വിവരം സോഴ്സിൽനിന്ന് ലഭിക്കുന്നുവെന്ന് റിപ്പോർട്ടറും തന്റെ പേര് റിപ്പോർട്ടർ പരസ്യമാക്കില്ലെന്ന് സോഴ്സും കരുതുന്നു. രഹസ്യങ്ങളില്ലാത്ത കർമ്മമണ്ഡലത്തിൽ ഏറ്റവും കരുതലോടെ സംരക്ഷിക്കപ്പെടുന്ന വലിയ രഹസ്യമാണ് ഈ ഐഡന്റിറ്റി. ഒരു കത്തോലിക്കാ പുരോഹിതൻ കുമ്പസാരരഹസ്യത്തിനു നല്കുന്ന അലംഘനീയത റിപ്പോർട്ടർ സോഴ്സിനു നൽകുന്നു. അല്ലെങ്കിൽ നല്കണം. പത്രപ്രവർത്തനത്തിലെ പ്രധാനപ്പെട്ട തത്ത്വമാണിത്.

അത്ര ലളിതമല്ല സങ്കീർണ്ണമായ ഈ അവസ്ഥ. വിവരദാതാവിന്റെ പേര് റിപ്പോർട്ടർ പരമരഹസ്യമായി സൂക്ഷിക്കുന്നത് വിവരദാതാവ് ഒറ്റുകാരൻ ആകുന്നതുകൊണ്ടാണ്. താൻ വഹിക്കുന്ന പദവിയുടെ അടിസ്ഥാനത്തിൽ അറിയുന്നതും രഹസ്യമായി സൂക്ഷിക്കണമെന്ന് നിയമം അനുശാ

സിക്കുന്നതുമായ വിവരമാണ് അയാൾ റിപ്പോർട്ടർക്ക് കൈമാറുന്നത്. അതുകൊണ്ട് ഒറ്റുകാരൻ സംരക്ഷിക്കപ്പെടണം. രഹസ്യവിവരത്തെ അടിസ്ഥാനമാക്കിയുള്ള വാർത്ത കോടതിയിലെത്തുമ്പോൾ റിപ്പോർട്ടർ ചില ചോദ്യങ്ങൾക്ക് ഉത്തരം പറയേണ്ടിവരും. പ്രസക്തമായ വിവരത്തിന്റെ പ്രഭവത്തെക്കുറിച്ചുള്ളതായിരിക്കും പ്രധാനപ്പെട്ട ചോദ്യം.

പത്രപ്രവർത്തകൻ തത്ത്വാധിഷ്ഠിതമായ നിലപാട് സ്വീകരിക്കുമ്പോൾ കോടതിയുടെ നിലപാടും കടുത്തതാകും. അറുപതുകളിൽ ബ്രിട്ടനിലുണ്ടായ വാസൽ കേസ് ഉദാഹരണമാണ്. നാവികരഹസ്യങ്ങൾ ചോർന്ന കേസിൽ അന്വേഷണ ട്രിബ്യൂണൽ മൂന്ന് പത്രപ്രവർത്തകരോട് അവരുടെ റിപ്പോർട്ടുകൾക്ക് ആധാരമായ വിവരങ്ങൾ എവിടെനിന്ന് കിട്ടിയെന്ന ചോദ്യം ചോദിച്ചു. അത് വെളിപ്പെടുത്തിയാൽ ഒറ്റുകാരന്റെ പേർ വെളിപ്പെടും. മൂന്ന് ലേഖകരും ഉത്തരം നല്കാൻ വിസമ്മതിച്ചു. രണ്ടു പേരെ കോടതി ജയിലിലേക്കയച്ചു. സോഴ്സ് സ്വമേധയാ മുന്നോട്ടു വന്നതിനാൽ മൂന്നാമൻ രക്ഷപ്പെട്ടു. ദേശതാല്പര്യങ്ങൾക്കും നീതിയുടെ താല്പര്യങ്ങൾക്കുമാണ് ഇത്തരം സന്ദർഭങ്ങളിൽ പ്രാമുഖ്യം നല്കേണ്ടതെന്ന് ലോർഡ് ഡെന്നിങ്ങും ലോർഡ് പാർക്കറും വ്യക്തമാക്കി. അത്യാവശ്യമുള്ളപ്പോൾ, അത്യാവശ്യമെങ്കിൽ മാത്രം, ആണ് പ്രയാസകരമായ ചോദ്യം പത്രപ്രവർത്തകരോട് ചോദിക്കുകയെന്ന് ഡെന്നിങ് പറഞ്ഞു. ആവശ്യവും അത്യാവശ്യവും കോടതിയുടെ വിവേചനമാണ്. കോടതികൾ പൊതുവെ ഈ വിവേചനാധികാരം പത്രപ്രവർത്തനത്തിന്റെ താല്പര്യങ്ങൾകൂടി കണക്കിലെടുത്താണ് പ്രയോഗിക്കാറുള്ളത്. ലോർഡ് ഡെന്നിങ് വിധിച്ച മൾഹോളണ്ട് കേസിനുശേഷം ഈ വിഷയം ബ്രിട്ടീഷ് പാർലമെന്റിനു ചർച്ച ചെയ്യേണ്ടിവന്നു. കഴിഞ്ഞ എൺപത് വർഷത്തിനിടയിൽ ആറ് പ്രാവശ്യം മാത്രമാണ് കോടതികളിൽ ഈ പ്രശ്നമുണ്ടായിട്ടുള്ളതെന്ന് അറ്റോർണി ജനറൽ ഹൗസ് ഓഫ് കോമൺസിനെ അറിയിച്ചു.

രാജീവ് ഗാന്ധി വധത്തെക്കുറിച്ച് അന്വേഷിച്ച ജെയ്ൻ കമ്മീഷൻ രണ്ട് പത്രപ്രവർത്തകരോട് അവരുടെ സോഴ്സിനെക്കുറിച്ച് ആരാഞ്ഞു. *സൺഡേ മാഗസിൻ* എഡിറ്ററായിരുന്ന വീർ സങ്വിയോടും തിരഞ്ഞെടുപ്പ് കമ്മീഷണറായിരുന്ന ശേഷന്റെ ജീവചരിത്രമെഴുതിയ പത്രപ്രവർത്തകനായ കെ ഗോവിന്ദൻകുട്ടിയോടും ആയിരുന്നു ചോദ്യം. ഹു കിൽഡ് രാജീവ് ഗാന്ധി എന്നായിരുന്നു *സൺഡേ*യിൽ സങ്വി എഴുതിയ ലേഖനത്തിന്റെ ശീർഷകം. കമ്മീഷനു അറിയേണ്ടിയിരുന്നതും അതുതന്നെയായിരുന്നു. രാജ്മംഗൾ പാണ്ഡെ എന്ന ഉദ്യോഗസ്ഥനായിരുന്നു സങ്വിയുടെ സോഴ്സ്. അദ്ദേഹം പേര് വെളിപ്പെടുത്തി. പാണ്ഡെ അപ്പോഴേക്കും മരിച്ചുപോയിരുന്നതിനാൽ ആർക്കും അപകടമുണ്ടായില്ല. വെളിപ്പെടുത്തൽ ശരിയോ എന്ന കാര്യത്തിൽ മാധ്യമപ്രവർത്തകർ സന്ദേഹികളായേക്കാമെങ്കിലും നിയമാനുസൃതമാണ് സങ്വി പ്രവർത്തിച്ചത്. 1872 ലെ ഇന്ത്യൻ തെളിവ് നിയമം ഇക്കാര്യത്തിൽ പത്രപ്രവർത്തകർക്ക് ഇളവോ പ്രത്യേക പരിഗണനയോ നല്കുന്നില്ല. കുറിപ്പുകൾ നഷ്ടപ്പെട്ടതിനാൽ ചോദിച്ച

വിവരം നല്കാനാവില്ലെന്ന് ഗോവിന്ദൻകുട്ടി പറഞ്ഞു. കോടതി പിന്നീട് ഇക്കാര്യത്തിൽ അദ്ദേഹത്തെ നിർബ്ബന്ധിച്ചില്ല.

1981 ലെ കോടതിയലക്ഷ്യനിയമം ബ്രിട്ടനിലെ പത്രപ്രവർത്തകർക്ക് ചില പരിഗണനകൾ നല്കുന്നുണ്ട്. നീതിയുടെ താല്പര്യങ്ങൾക്കും ദേശസുരക്ഷയ്ക്കും കുറ്റകൃത്യങ്ങൾ തടയുന്നതിനും അത്യന്താപേക്ഷിതമെന്ന് കോടതിക്ക് ബോദ്ധ്യമായാൽ മാത്രമാണ് സോഴ്സ് വെളിപ്പെടുത്താൻ മാധ്യമപ്രവർത്തകർ നിർബ്ബന്ധിതരാകുന്നത്. ഈ നിയമവ്യവസ്ഥ 1983 ൽ *ദ് ഗാർഡിയൻ* കേസിൽ പരീക്ഷിക്കപ്പെട്ടു. ബ്രിട്ടൻ സമ്പാദിച്ച ക്രൂസ് മിസൈലുകളെ സംബന്ധിച്ച് പ്രതിരോധ സെക്രട്ടറി പ്രധാനമന്ത്രിക്ക് നല്കിയ കുറിപ്പ് *ദ് ഗാർഡിയൻ* പ്രസിദ്ധപ്പെടുത്തിയതു സംബന്ധിച്ച കേസായിരുന്നു അത്. *ദ് ഗാർഡിയ*ന്റെ കൈവശമെത്തിയ ഔദ്യോഗികരേഖ തിരിച്ചു നല്കണമെന്ന് സർക്കാർ ആവശ്യപ്പെട്ടപ്പോൾ പത്രം വിസമ്മതിച്ചു. രേഖയിലെ കുറിപ്പുകളിൽനിന്ന് ചോർത്തിയ ആളെ മനസിലാക്കാൻ കഴിയുമെന്നതായിരുന്നു കാരണം. കോടതിയലക്ഷ്യനിയമത്തിലെ പത്താം വകുപ്പിന്റെ പരിരക്ഷ പത്രം തേടി. ദേശസുരക്ഷയെ ബാധിക്കുന്ന വിഷയമാകയാൽ ഹൗസ് ഓഫ് ലോർഡ്സ് വരെ കോടതികൾ പത്രത്തിനെതിരായിരുന്നു. പത്രാധിപർ പൊതുതാല്പര്യത്തെ മുൻനിർത്തി പ്രവർത്തിച്ചുവോ എന്നതല്ല പ്രസക്തമായ വിഷയമെന്ന് ചൂണ്ടിക്കാട്ടിയ ലോർഡ് ജോൺ ഡോണൾഡ്സൺ രേഖ തിരിച്ചു നല്കാൻ പത്രത്തിന് നിർദ്ദേശം നല്കി. വിദേശവകുപ്പിലെ ജൂനിയർ ഉദ്യോഗസ്ഥയായ സാറ ടിസ്ഡാൾ ആയിരുന്നു രേഖ ചോർത്തി പത്രത്തിനു നല്കിയതെന്ന് വ്യക്തമായി. ആറു മാസത്തെ ജയിൽവാസത്തിനു സാറ ശിക്ഷിക്കപ്പെട്ടു.

വാട്ടർഗേറ്റിലെ ഡീപ് ത്രോട്ട്

ദ് ഗാർഡിയന് വിലപ്പെട്ട ഒരു രഹസ്യം സൂക്ഷിക്കാനായില്ല. എന്നാൽ *വാഷിങ്ടൺ പോസ്റ്റ്* പത്രപ്രവർത്തനചരിത്രത്തിലെ ഏറ്റവും പ്രശസ്തമായ ഒരു കോൺഫിഡൻഷ്യൽ സോഴ്സിന്റെ ഐഡന്റിറ്റി മുപ്പത്തിമൂന്ന് വർഷം സംരക്ഷിച്ചു. ഡീപ് ത്രോട്ട് എന്നു വാർത്തകളിൽ പരാമർശിക്കപ്പെട്ട സോഴ്സ് ആരെന്ന് അറിയാമായിരുന്നത് സോഴ്സിനു പുറമേ ബോബ് വുഡ്വേഡ്, കാൾ ബേൺസ്റ്റീൻ എന്നീ റിപ്പോർട്ടർമാർക്കും *വാഷിങ്ടൺ പോസ്റ്റി*ന്റെ എക്സിക്യൂട്ടീവ് എഡിറ്റർ ബെഞ്ചമിൻ ബ്രാഡ്‌ലിക്കും മാത്രമായിരുന്നു. വാട്ടർഗേറ്റ് എന്ന പേരിൽ അറിയപ്പെടുന്ന അന്വേഷണം ഒരു ക്രിമിനൽ ഗൂഢാലോചനയെ കേന്ദ്രീകരിച്ചുള്ളതായിരുന്നു. അന്വേഷണം വൈറ്റ് ഹൗസിലേക്കെത്തി. രണ്ടാം വർഷം പ്രസിഡന്റ് നിക്സണ് രാജിവയ്ക്കേണ്ടിവന്നു. എന്നിട്ടും വാട്ടർഗേറ്റ് റിപ്പോർട്ടുകൾക്ക് വിശ്വാസ്യത നല്കിയ ഡീപ് ത്രോട്ട് ആരെന്ന ചോദ്യം ഉണ്ടായില്ല. അപ്രകാരം സംരക്ഷിക്കപ്പെട്ട രഹസ്യം ഒടുവിൽ വാനിറ്റി ഫെയർ ആണ് പരസ്യമാക്കിയത്. വാട്ടർഗേറ്റ് വാർത്തകൾ പുറത്തുവന്നുകൊണ്ടിരുന്നപ്പോൾ ഫെഡറൽ ബ്യൂറോ ഓഫ് ഇൻവെസ്റ്റിഗേഷൻ (എഫ് ബി ഐ) തലപ്പത്ത്

രണ്ടാം സ്ഥാനക്കാരനായിരുന്ന ഡബ്ല്യു മാർക് ഫെൽറ്റ് ആയിരുന്നു ഡീപ് ത്രോട്ട് എന്ന കള്ളപ്പേരിൽ *വാഷിങ്ടൺ പോസ്റ്റ്* ലേഖകർക്ക് വിവരങ്ങൾ നല്കിക്കൊണ്ടിരുന്നത്. ഉള്ളറയിൽ എന്ന അർത്ഥത്തിൽ ഡീപ് ത്രോട്ട് എന്ന പേര് *വാഷിങ്ടൺ പോസ്റ്റിന്റെ* അസിസ്റ്റന്റ് മാനേജിങ് എഡിറ്റർ ഹോവാർഡ് സിമൺസ് കണ്ടെത്തിയതാണ്. അക്കാലത്ത് ആ പേരിൽ പ്രായപൂർത്തിയായവർക്കു മാത്രമായി ഒരു സിനിമയും ഇറങ്ങിയിരുന്നു. മാർക് ഫെൽറ്റിന്റെ അഭിഭാഷകൻ *വാനിറ്റി ഫെയറിന്റെ* 2005 ജൂലൈ ലക്കത്തിൽ എഴുതിയ ലേഖനത്തിലാണ് ഡീപ് ത്രോട്ടിന്റെ ശരിയായ പേര് വെളിപ്പെടുത്തിയത്. ആ വെളിപ്പെടുത്തൽ വരുന്നു എന്നറിഞ്ഞിട്ടും *വാഷിങ്ടൺ പോസ്റ്റ്* തങ്ങളുടെ പ്രസിദ്ധനായ സോഴ്സിനോടുള്ള വിശ്വസ്തത പാലിച്ചുകൊണ്ട് മൗനം പാലിച്ചു. വാനിറ്റി ഫെയർ സ്കൂപ്പിനുശേഷം ചരിത്രം ശരിയായിരിക്കുന്നതിനുവേണ്ടി *വാഷിങ്ടൺ പോസ്റ്റ്* അക്കാര്യം സ്ഥിരീകരിക്കുകമാത്രം ചെയ്തു. വാട്ടർഗേറ്റ് അനുഭവങ്ങളെ മുൻനിർത്തി ബേൺസ്റ്റീനും വുഡ്വേഡും ചേർന്നെഴുതിയ *ഓൾ ദ പ്രസിഡന്റ്'സ് മെൻ* എന്ന പുസ്തകത്തിൽ അന്വേഷണാത്മക പത്രപ്രവർത്തനത്തിന്റെ തുടക്കം വിവരിക്കുന്നു.

വൈറ്റ് ഹൗസിൽനിന്ന് ഔദ്യോഗികരഹസ്യങ്ങൾ ചോരുന്നതിനെക്കുറിച്ച് അന്വേഷിക്കാൻ നിയോഗിക്കപ്പെട്ട ഉദ്യോഗസ്ഥൻ തന്നെയായിരുന്നു *വാഷിങ്ടൺ പോസ്റ്റിന്* വിവരങ്ങൾ ചോർത്തിക്കൊടുത്തു കൊണ്ടിരുന്നത്. രണ്ട് റിപ്പോർട്ടർമാരെയും അവരുടെ പത്രത്തെയും അത്രമാത്രം വിശ്വസിച്ചുകൊണ്ടാണ് മാർക് ഫെൽറ്റ് ആ റിസ്ക് എടുത്തത്. ദീർഘകാലം എഫ് ബി ഐ തലവനായിരുന്ന എഡ്ഗർ ഹൂവറിനുശേഷം തനിക്കവകാശപ്പെട്ട പദവി നിഷേധിക്കപ്പെട്ടതാണ് മാർക് ഫെൽറ്റിനെ പ്രകോപിപ്പിച്ചത്. *ഓൾ ദ പ്രസിഡന്റ്'സ് മെൻ* എന്ന പുസ്തകവും അതിനെ ആധാരമാക്കി നിർമ്മിക്കപ്പെട്ട സിനിമയും പത്രപ്രവർത്തനത്തെ സാഹസികവും സമാദരണീയവുമായ ദൗത്യമാക്കി ഉയർത്തുന്നതിൽ വലിയ പങ്ക് വഹിച്ചു. റോബർട്ട് റെഡ്ഫോഡും ഡസ്റ്റിൻ ഹോഫ്മാനുമാണ് *വാഷിങ്ടൺ പോസ്റ്റ്* ലേഖകരെ സിനിമയിൽ അവതരിപ്പിച്ചത്.

രഹസ്യങ്ങൾ സംരക്ഷിക്കാൻ ബാദ്ധ്യസ്ഥനായ ആൾ രഹസ്യങ്ങൾ പരസ്യമാക്കുന്നതിനെയാണ് ഇപ്പോൾ വിസിൽ ബ്ലോയിങ് എന്നു പറയുന്നത്. ഈ പ്രവർത്തനത്തിലെ ധാർമ്മികത ഏറെ ചർച്ച ചെയ്യപ്പെടുന്ന വിഷയമാണ്. തെറ്റും ശരിയും പരിഗണിക്കാതെ പൊതുതാല്പര്യമോ സ്വന്തം താല്പര്യമോ മുൻനിർത്തി അറിയേണ്ട കാര്യങ്ങൾ അറിയിക്കുന്നവരെ സംരക്ഷിക്കുകയെന്ന മാധ്യമമര്യാദയാണ് ഇവിടെ പരിശോധിക്കപ്പെടുന്നത്.

തത്ത്വാധിഷ്ഠിതമായ പത്രപ്രവർത്തനത്തിൽ വിട്ടുവീഴ്ചയില്ലാത്ത പത്രമാണ് *വാഷിങ്ടൺ പോസ്റ്റ്.* പ്രസിഡന്റ് പുറത്തുപോകേണ്ടിവരുമെന്ന ഘട്ടമെത്തിയിട്ടും പത്രത്തെ സമ്മർദ്ദത്തിലാക്കാനോ സ്വാധീനിക്കാനോ വൈറ്റ് ഹൗസിനു കഴിഞ്ഞില്ല. കോടതിയിൽനിന്ന് കല്പന ഉണ്ടായിരു

ന്നെങ്കിൽ സ്ഥിതി മാറുമായിരുന്നു. വാട്ടർഗേറ്റിനു സമകാലികമായി അമേരിക്കൻ സുപ്രീം കോടതി കൈകാര്യം ചെയ്ത കേസായിരുന്നു ബ്രാൻസ്ബർഗ്. വാർത്തയുടെ ഉറവിടം വെളിപ്പെടുത്താതിരിക്കുന്നതിനുള്ള പത്രപ്രവർത്തകരുടെ അവകാശം ഭരണഘടനയുടെ ആദ്യഭേദഗതിയാൽ സംരക്ഷിതമാണെന്ന വാദം സുപ്രീം കോടതി ബ്രാൻസ്ബർഗ് കേസിൽ നിരാകരിച്ചു. പക്ഷേ, ഭൂരിപക്ഷത്തോട് വിയോജിച്ച ജസ്റ്റിസ് ഡഗ്ലസ് റിപ്പോർട്ടർമാർക്ക് അപ്രകാരം രഹസ്യം സൂക്ഷിക്കുന്നതിനുള്ള ഭരണഘടനാപരമായ അവകാശമുണ്ടെന്ന നിലപാട് സ്വീകരിച്ചു. റിപ്പോർട്ടർ പ്രതിയല്ലാത്ത കേസിൽ അയാളെ വിചാരണയ്ക്ക് വിധേയനാക്കരുതെന്ന് ഡഗ്ലസ് പറഞ്ഞു. ഭരണഘടനയുടെ ഒന്നാമത്തെ ഭേദഗതിയുടെ ഉദ്ദേശ്യംതന്നെ അതാണ്. അമേരിക്കൻ സുപ്രീം കോടതിയിൽ ഒൻപത് ജഡ്ജിമാരാണ് കേസ് കേൾക്കുന്നത്. ബ്രാൻസ്ബർഗ് കേസിൽ നാല് പേർ പത്രപ്രവർത്തകർക്ക് പ്രത്യേകമായ പരിരക്ഷ ഭരണഘടന നല്കുന്നില്ലെന്ന നിലപാട് സ്വീകരിച്ചു. നാല് പേർ പരിമിതമായ പരിരക്ഷ ഉണ്ടെന്ന നിലപാടിലായിരുന്നു. പരമമായ പരിരക്ഷ എന്ന തീവ്രനിലപാടായിരുന്നു ഡഗ്ലസിന്റേത്.

നിലപാടുകൾ ഇത്രവരെ എത്തിയിട്ടും ഫ്ളോയ്ഡ് എബ്രാംസ് എന്ന പ്രസിദ്ധനായ അഭിഭാഷകന് 2004 ൽ വാഷിങ്ടണിലെ ഫെഡറൽ അപ്പീൽ കോടതിയെ ഒരു പടികൂടി മുന്നിലേക്ക് തള്ളാൻ കഴിഞ്ഞില്ല. ഒരു സി ഐ എ ഉദ്യോഗസ്ഥന്റെ പേര് വെളിപ്പെടുത്തിയതു സംബന്ധിച്ച കേസിൽ *ടൈം മാഗസി*ന്റെ മാത്യു കൂപ്പറെയും *ന്യൂയോർക് ടൈംസി*ന്റെ ജൂഡിത്ത് മില്ലറെയും കോടതിയലക്ഷ്യത്തിനു ശിക്ഷിച്ച ഫെഡറൽ ജഡ്ജിയുടെ നടപടി അപ്പീൽ കോടതി ശരിവച്ചു. ഒരു കേസിൽ ഗ്രാൻഡ് ജൂറി മുമ്പാകെ സാക്ഷികളായി ഹാജരാകാൻ വിസമ്മതിച്ചുവെന്നതായിരുന്നു അവരുടെ പേരിലുള്ള കുറ്റം. മറച്ചുവയ്ക്കപ്പെട്ട പേര് ബുഷ് ഭരണകൂടം മാധ്യമങ്ങൾക്ക് ചോർത്തിക്കൊടുത്തോ എന്നതായിരുന്നു അന്വേഷണം. ബ്രാൻസ്ബർഗ് കേസിൽനിന്ന് ഈ കേസ് വ്യത്യസ്തമാകുന്നില്ലെന്ന് ചൂണ്ടിക്കാട്ടിക്കൊണ്ട് ജഡ്ജ് ഡേവിഡ് ബി സെൻടെൽ രണ്ട് ലേഖകരെയും ശിക്ഷിച്ചു. ജൂഡിത്ത് മില്ലർ ജയിലിലേക്കു പോയി. ജൂറി മുമ്പാകെ തെളിവ് നല്കാമെന്ന് സമ്മതിച്ചുകൊണ്ട് മാത്യു കൂപ്പർ ശിക്ഷയിൽനിന്നൊഴിവായി.

അതേ വർഷംതന്നെ വാഷിങ്ടണിലെ ഫെഡറൽ ജഡ്ജി അഞ്ച് റിപ്പോർട്ടർമാരെ കോടതിയലക്ഷ്യത്തിനു ശിക്ഷിച്ചു. ലോസ് അലാമോസിലെ ന്യൂക്ലിയർ ശാസ്ത്രജ്ഞൻ വെൻ ഹോ ലീയെക്കുറിച്ചുള്ള വിവരങ്ങൾ എവിടെനിന്നു കിട്ടിയെന്ന ചോദ്യത്തിന് ഉത്തരം നല്കാതിരുന്നതാണ് ശിക്ഷയ്ക്ക് കാരണം. ഓരോ ലേഖകനും പ്രതിദിനം അഞ്ഞൂറ് ഡോളർ വീതം നല്കണമെന്നായിരുന്നു ശിക്ഷ. വാർത്തകൾ ശേഖരിക്കുന്നതിലും വിന്യസിക്കുന്നതിലും റിപ്പോർട്ടർമാർക്ക് അനുവദിക്കപ്പെട്ട സ്വാതന്ത്ര്യത്തെ പരിമിതപ്പെടുത്തുന്നതാണ് ഈ കോടതിവിധികൾ.

ഈ വിഷയത്തിൽ അമേരിക്കയ്ക്ക് പൊതുവായ ഫെഡറൽ നി

യമമില്ല. വാർത്തയുടെ ഉറവിടം രഹസ്യമാക്കി വയ്ക്കുന്നതിനുള്ള റിപ്പോർട്ടർമാരുടെ അവകാശം നിലനിർത്തേണ്ടത് വാർത്തയുടെ സുഗമമായ ഒഴുക്കിന് അത്യന്താപേക്ഷിതമാണെന്ന പൊതുധാരണയുണ്ട്. കോടതികളുടെ പ്രവർത്തനത്തിന് ഈ പരിരക്ഷ തടസ്സമാകുന്നില്ല. ഈ അടിസ്ഥാനത്തിൽ പരമമായ പരിരക്ഷ റിപ്പോർട്ടർമാർക്ക് അനുവദിച്ചുകൊണ്ട് പല സംസ്ഥാനങ്ങളും നിയമനിർമ്മാണം നടത്തിയിട്ടുണ്ട്. മാധ്യമപ്രവർത്തകർക്ക് നിയമം വഴി നല്കിയിരിക്കുന്ന സവിശേഷാവകാശം പല സംസ്ഥാനങ്ങളിലും പരമമാണ്. യാതൊരു സാഹചര്യത്തിലും വാർത്തയുടെ ഉറവിടം വെളിപ്പെടുത്താൻ മാധ്യമപ്രവർത്തകരെ നിർബ്ബന്ധിക്കരുതെന്നാണ് ഇതിനർത്ഥം. പരമമായ വിമുക്തി നല്കാത്ത സംസ്ഥാനങ്ങളിലും കഴിയുന്നിടത്തോളം ഇളവുകൾ അനുവദിക്കുന്നു. ബ്രാൻസ്ബർഗ് കേസിലെ വിധി സുപ്രീം കോടതി പുനഃപരിശോധിക്കണമെന്ന ആവശ്യം വ്യാപകമാണ്. വിയറ്റ്നാം യുദ്ധത്തിനെതിരെ വ്യാപകമായിത്തീർന്ന പ്രതിഷേധങ്ങളുടെ കാലത്താണ് ആ വിധിയുണ്ടായത്. ഇന്നത്തെ ന്യൂനപക്ഷം നാളത്തെ ഭൂരിപക്ഷമാകുന്നത് ജുഡീഷ്യറിയിൽ പതിവാണ്. അതുകൊണ്ട് ബ്രാൻസ്ബർഗ് കേസിൽ ജസ്റ്റിസ് ഡഗ്ലസ് സ്വീകരിച്ച നിപാടിലേക്ക് സുപ്രീം കോടതി ഇന്നോ നാളെയോ എത്തിക്കൂടെന്നില്ല. അധികാരപ്രമത്തതയും അസഹിഷ്ണുതയും ആക്രമണോത്സുകതയും ആധിപത്യം നേടുന്ന അവസ്ഥയിൽ അനാമികത്വം രക്ഷാകവചമാകും. വ്യത്യസ്തമായ സന്ദർഭത്തിലാണെങ്കിലും ജെ എസ് മില്ലിനെ അനുസ്മരിച്ചുകൊണ്ട് ജസ്റ്റിസ് ജോൺ പോൾ സ്റ്റീവൻസ് ഇക്കാര്യം പറഞ്ഞിട്ടുണ്ട്. അസഹിഷ്ണുത നിറഞ്ഞ ലോകത്തിൽ അസ്വീകാര്യമായ ആശയങ്ങൾ അവതരിപ്പിക്കുന്നവർക്ക് അജ്ഞാതാവസ്ഥ രക്ഷാകവചമാകുമെന്നാണ് മിൽ പറഞ്ഞത്.

രഹസ്യത്തിൽ കിട്ടിയത് ആരിൽനിന്ന് എന്ന കാര്യം വെളിപ്പെടുത്തരുതെന്ന് അമേരിക്കൻ ന്യൂസ്പേപ്പർ ഗിൽഡ് പത്രപ്രവർത്തകരെ ഉപദേശിക്കുന്നു. ഇത് ഗിൽഡ് അംഗീകരിച്ച കോഡ് ഓഫ് എത്തിക്സിന്റെ ഭാഗമാണ്. പല തരത്തിലുള്ള വൈരുദ്ധ്യങ്ങൾക്കിടയിലാണ് ഈ തത്ത്വം സ്ഥാപിച്ചെടുക്കേണ്ടത്. ആരുടെ പക്കൽനിന്നും തെളിവ് ശേഖരിക്കുന്നതിനുള്ള പരമ്പരാഗതമായ അധികാരത്തെ അടിസ്ഥാനമാക്കിയാണ് കോടതികൾ പ്രവർത്തിക്കുന്നത്. അനുദിനവ്യവഹാരങ്ങളിൽ അവശ്യം വേണ്ടതായ രഹസ്യാത്മകത നിയമം അംഗീകരിക്കുന്നില്ല. എവിടെയോ ഉണ്ടെന്നറിയാവുന്ന തെളിവ് ശേഖരിക്കാൻ കഴിയുന്നില്ലെങ്കിൽ ജഡ്ജി നിരാശനാകും. ഒറ്റുകാരനെ ഒറ്റിക്കൊടുക്കേണ്ടിവരുന്ന റിപ്പോർട്ടറുടെ ധർമസങ്കടം പറഞ്ഞറിയിക്കാനാവില്ല. വിശ്വാസവഞ്ചനയുടെ താലത്തിൽ സ്വന്തം ജീവിതം തന്നെയാണ് ഒരു മാധ്യമപ്രവർത്തകൻ കോടതിയുടെ മുന്നിൽ സമർപ്പിക്കുന്നത്.

സാക്ഷിയായി വിളിക്കപ്പെടുന്നയാളിന്റെ ഉത്തരവാദിത്വങ്ങൾ ഇന്ത്യൻ എവിഡൻസ് ആക്ടിൽ പ്രതിപാദിച്ചിട്ടുണ്ട്. കേസിന്റെ വിചാരണയുമായി

ബന്ധപ്പെട്ട എല്ലാ ചോദ്യങ്ങൾക്കും കൃത്യവും വ്യക്തവുമായ ഉത്തരം നല്കാൻ സാക്ഷി ബാദ്ധ്യസ്ഥനാണ്. പ്രത്യേകമായ സന്ദർഭങ്ങളിൽ നിയമം അനുവദിക്കുന്ന ഇളവുകൾ മാത്രമാണ് ആ ബാദ്ധ്യതയിൽനിന്ന് അയാളെ ഒഴിവാക്കുന്നത്. ചില വിഭാഗങ്ങളെയും ചില ബന്ധങ്ങളെയും ഇപ്രകാരം ഒഴിവാക്കിയിട്ടുണ്ട്. എന്നാൽ മാധ്യമപ്രവർത്തകർക്കും മാധ്യമപ്രവർത്തനത്തിനും ഈ ഒഴിവുകൾ ബാധകമല്ല. കാളിപ്രസന്ന കാവ്യവിശാരദിന്റെയും ബിപിൻ ചന്ദ്ര പാലിന്റെയും കേസുകൾ പഴയതാണെങ്കിലും പ്രചോദനമുളവാക്കുന്നതാണ്. *ഹിതവാദി*യുടെ പത്രാധിപരായിരുന്നു കാവ്യവിശാരദ്. *ഹിതവാദി*യിൽ പ്രസിദ്ധപ്പെടുത്തിയ കവിത അപകീർത്തിക്കേസിനു കാരണമായി. കവിയുടെ പേര് പ്രസിദ്ധീകരണത്തിൽ ഇല്ലായിരുന്നു. പേര് വെളിപ്പെടുത്താൻ പത്രാധിപർ തയ്യാറായില്ല. കവിതയുടെ കൈയെഴുത്ത് കോടതിയിൽ ഹാജരാക്കി. അതിൽ കവിയുടെ പേര് വെട്ടിമാറ്റിയിരുന്നു. എല്ലാ ഉത്തരവാദിത്വവും താൻ ഏല്ക്കുന്നുവെന്ന പത്രാധിപരുടെ ഉറപ്പ് കോടതിക്ക് സ്വീകാര്യമായില്ല. കാവ്യവിശാരദിന് ഒൻപതു മാസം ജയിലിൽ കിടക്കേണ്ടി വന്നു. അരബിന്ദോ ഘോഷ് രാജ്യദ്രോഹത്തിന് വിചാരണ ചെയ്യപ്പെട്ട കേസിൽ ശിക്ഷിക്കപ്പെട്ടത് ബിപിൻ ചന്ദ്ര പാലായിരുന്നു. രാജ്യദ്രോഹക്കുറ്റം ആരോപിക്കപ്പെട്ട ലേഖനം എഴുതിയ ആളിന്റെ പേര് വെളിപ്പെടുത്താതെ പാൽ ആറു മാസത്തേക്ക് ജയിലിൽ പോയി. *മാതൃഭൂമി ആഴ്ചപ്പതിപ്പി*ൽ സിനിക്കിന്റെ ചലച്ചിത്രനിരൂപണം അപകീർത്തിക്കേസിന് വിഷയമായപ്പോൾ സിനിക്ക് ആരെന്ന് വെളിപ്പെടുത്താൻ പത്രാധിപർ എൻ വി കൃഷ്ണവാരിയർ തയ്യാറായില്ല. എൻ വി ജയിലിൽ പോയില്ല.

യു എ പി എ എന്ന് ചുരുക്കത്തിൽ അറിയപ്പെടുന്ന 1967 ലെ അൺലോഫുൾ ആക്ടിവിറ്റീസ് (പ്രിവൻഷൻ) ആക്ടിൽ 2008 ൽ കൂട്ടിച്ചേർത്ത 43 എഫ് വകുപ്പനുസരിച്ച് അന്വേഷണ ഉദ്യോഗസ്ഥന് ഏതൊരാളിൽനിന്നും എന്തു വിവരവും ആവശ്യപ്പെടാം. ഏതൊരാൾ എന്നതിൽ പത്രപ്രവർത്തകനും ഉൾപ്പെടുന്നു. കോടതിയലക്ഷ്യനിയമപ്രകാരമുള്ള ശിക്ഷ ആറു മാസമാണെങ്കിൽ യു എ പി എ അനുസരിച്ചുള്ള ശിക്ഷ മൂന്ന് വർഷമാണ്. തടവിനു പുറമേ പിഴയുമാകാം. കോടതിയോട് മാത്രമല്ല പൊലീസിനോടും മാധ്യമപ്രവർത്തകർ വിധേയരാകണമെന്നതാണ് ഈ ഭേദഗതിയുടെ അർത്ഥം.

രഹസ്യത്തിൽ സമ്പാദിക്കുന്ന വിവരത്തിന്റെ ഉറവിടം വെളിപ്പെടുത്തുന്ന ബാദ്ധ്യതയിൽനിന്ന് മാധ്യമപ്രവർത്തകരെ പൂർണ്ണമായും ഒഴിവാക്കണമെന്ന് ലോ കമ്മീഷന് അഭിപ്രായമില്ല. എന്നാൽ ഓരോ കേസിന്റെയും സാഹചര്യങ്ങൾക്കനുസൃതമായി വിവേചനാധികാരം പ്രയോഗിക്കാൻ കോടതിക്ക് അവസരം നല്കണമെന്ന് ലോ കമ്മീഷൻ നിർദ്ദേശിക്കുന്നു. സമാഹരിക്കാൻ കഴിയുന്ന തെളിവുകളിലൂടെ സത്യം കണ്ടെത്താൻ കോടതി ശ്രമിക്കുമ്പോൾ അതിനെ തടസ്സപ്പെടുത്തുന്ന സമീപനമല്ലേ മാധ്യമങ്ങളുടേത് എന്ന ചോദ്യമുണ്ടാകാം. രഹസ്യം സൂക്ഷി

ക്കുന്നതിന് നിയമപരമായി ഉത്തരവാദിത്വമുള്ളവർ അത് ലംഘിക്കുമ്പോൾ അവരെ സംരക്ഷിക്കുന്നതിനുവേണ്ടിയാണ് മാധ്യമപ്രവർത്തകർ രഹസ്യം സൂക്ഷിക്കുന്നതിനുള്ള അവകാശം ഉന്നയിക്കുന്നത്. ഇത് വിചിത്രമായ അവസ്ഥയാണ്. സത്യം വെളിപ്പെടുത്തുന്നതിൽ പൊതുതാല്പര്യമുണ്ട്. വെളിപ്പെടുത്താൻ പാടില്ലാത്ത കാര്യങ്ങൾ മറച്ചുവയ്ക്കുന്നതിലും പൊതുതാല്പര്യമുണ്ട്. മറച്ചുവയ്ക്കുന്നത് വെളിപ്പെടുത്താനാണ് മാധ്യമങ്ങൾ ശ്രമിക്കുന്നത്. അതിന് അവരെ സഹായിക്കുന്നവരെയാണ് നിയമത്തിന്റെ ദൃഷ്ടിയിൽനിന്ന് അവർ മറച്ചു പിടിക്കുന്നത്.

സത്യം പറഞ്ഞ് അപകടത്തിലാകുന്നവർ

വിവരദായകരെ സംരക്ഷിക്കുന്നതിനുള്ള വിസിൽബ്ലോവേഴ്സ് പ്രൊട്ടക്ഷൻ ആക്ട് 2014 ൽ ഇന്ത്യ പാസാക്കി. യു എസ്, യു കെ, ഓസ്ട്രേലിയ, ന്യൂസിലണ്ട് എന്നിങ്ങനെ ചുരുക്കം രാജ്യങ്ങളിൽ മാത്രമാണ് ഇത്തരത്തിൽ നിയമമുള്ളത്. മന്ത്രിമാർ ഉൾപ്പെടെയുള്ളവരുടെ അധികാരദുർവിനിയോഗവും അഴിമതിയും വെളിച്ചത്തുകൊണ്ടുവരുന്നതിനുവേണ്ടിയുള്ളതാണ് ഈ നിയമം. പൊതുതാല്പര്യം മുൻനിർത്തിയുള്ള വെളിപ്പെടുത്തലുകൾക്ക് നിയമപരമായ സംരക്ഷണം നല്കിക്കൊണ്ട് 2004 ൽ കേന്ദ്ര ഗവൺമെന്റ് പുറപ്പെടുവിച്ച റസല്യൂഷനു തുടർച്ചയായുള്ള നിയമനിർമ്മാണമായിരുന്നു 2014 ലേത്. വിസിൽബ്ലോവർമാരെ സംരക്ഷിക്കുന്നതിനുള്ള അധികാരം കേന്ദ്ര വിജിലൻസ് കമ്മീഷനാണ് നല്കിയിരിക്കുന്നത്. വിസിൽബ്ലോവറുടെ ഐഡന്റിറ്റി വെളിപ്പെടുത്തുന്നവരെ ശിക്ഷിക്കാനുള്ള അധികാരവും സി വി സിക്കുണ്ട്. സത്യേന്ദ്ര ദുബേ ഉൾപ്പെടെ നിരവധി വിസിൽബ്ലോവർമാരും വിവരാവകാശപ്രവർത്തകരും കൊല്ലപ്പെട്ടതിനെത്തുടർന്നാണ് ഇത്തരത്തിൽ നിയമനിർമ്മാണം ഉണ്ടായത്. സുവർണ്ണ ചതുഷ്കോണം പദ്ധതിയിലെ വെട്ടിപ്പുകൾ പരസ്യമാക്കിയ ദുബേ ദേശീയപാത അതോറിറ്റിയിലെ എഞ്ചിനീയറായിരുന്നു. ഐഡന്റിറ്റി പരസ്യമായതോടെ കൊല്ലപ്പെട്ട മറ്റു ചിലരാണ് എസ് മഞ്ജുനാഥ്, അമിത് ജെത്വ, ഷെഹ്ല മസൂദ് എന്നിവർ. ആരുടെയെങ്കിലും നിയമവിരുദ്ധമായ പ്രവൃത്തി പരസ്യമാക്കാൻ സഹായിക്കുന്നയാളാണ് വിസിൽബ്ലോവർ. അവരുടെ ശാരീരികവും തൊഴിൽപരവുമായ സുരക്ഷിതത്വം ഉറപ്പാക്കേണ്ടതുണ്ട്. കോടതികളിലെത്തുന്ന സാധാരണ സാക്ഷികൾക്കും ഈ സംരക്ഷണം ആവശ്യമുണ്ട്.

കാര്യങ്ങൾ ഇങ്ങനെ പുരോഗമിക്കുമ്പോഴും കോടതിയുടെ മനോഭാവത്തിൽ മാറ്റം വന്നിട്ടില്ല. 2 ജി സ്പെക്ട്രം അഴിമതിക്കേസിലെ പ്രതി സി ബി ഐ ഡയറക്ടറെ വീട്ടിലെത്തി കണ്ട കാര്യം വാർത്തയായി, തുടർന്ന് കേസായി. സി ബി ഐ ഡയറക്ടറുടെ ഔദ്യോഗികവസതിയിലെ സന്ദർശക രജിസ്റ്ററിന്റെ പകർപ്പ് മാധ്യമങ്ങൾക്ക് നല്കിയതാരെന്ന ചോദ്യമാണ് സുപ്രീം കോടതിയിലുണ്ടായത്. ആ ചോദ്യവും അതിനുള്ള

ഉത്തരവും അപ്രസക്തമാണ്. ജയിൻ ഡയറിയുടെ പ്രഭവം ആരായാതെയായിരുന്നു ജസ്റ്റീസ് ജെ എസ് വർമ്മ ഹവാല കേസ് അന്വേഷിച്ചത്. സിബി ഐ ഡയറക്ടറുടെ അയോഗ്യതയോളമെത്തിയ അനൗചിത്യം അന്വേഷിച്ചപ്പോഴും സുപ്രീം കോടതി കാരണക്കാരനെ അന്വേഷിക്കാതെ കാര്യത്തെക്കുറിച്ചായിരുന്നു അന്വേഷിക്കേണ്ടിയിരുന്നത്. ഇത് സുപ്രീം കോടതിക്ക് അപരിചിതമായ രീതിയല്ല.

പത്രചരിത്രത്തിലെ പ്രസിദ്ധനായ വിസിൽബ്ലോവറാണ് ഡാനിയൽ എൽസ്ബെർഗ്. വിയറ്റ്നാം യുദ്ധത്തെ സംബന്ധിക്കുന്ന രഹസ്യരേഖകൾ അമേരിക്കയുടെ പ്രതിരോധ ആസ്ഥാനമായ പെന്റഗണിൽനിന്ന് അപഹരിച്ച് *ന്യൂയോർക് ടൈംസി*നും *വാഷിങ്ടൺ പോസ്റ്റി*നും നല്കിയ എൽസ്ബെർഗ് ചില്ലറ വിവാദമല്ല അക്കാലത്ത് ഉയർത്തിയത്. റാൻഡം കോർപറേഷനുവേണ്ടി യുദ്ധരേഖകൾ അപഗ്രഥിക്കാൻ നിയോഗിക്കപ്പെട്ട ഉദ്യോഗസ്ഥനായിരുന്നു ചരിത്രകാരനായ എൽസ്ബെർഗ്. വിയറ്റ്നാമിനെ സംബന്ധിക്കുന്ന അമേരിക്കൻ നുണകൾ ലോകത്തെ അറിയിക്കുകയെന്നതായിരുന്നു യുദ്ധവിരുദ്ധനായ എൽസ്ബെർഗിന്റെ ഉദ്ദേശ്യം. രേഖകൾ പരസ്യമാക്കുന്നത് തടയുന്നതിനുള്ള ഗവൺമെന്റിന്റെ പരിശ്രമത്തിൽനിന്നാണ് പത്രസ്വാതന്ത്ര്യത്തിന്റെ ചരിത്രത്തിലെ നാഴികക്കല്ലായ പെന്റഗൺ പേപ്പേഴ്സ് കേസ് ഉണ്ടായത്. എൽസ്ബെർഗ് പ്രോസിക്യൂട്ട് ചെയ്യപ്പെട്ടെങ്കിലും ശിക്ഷിക്കപ്പെട്ടില്ല. 2010 ൽ അഫ്ഗാൻ യുദ്ധരേഖകൾ *വിക്കിലീക്സ്* പരസ്യമാക്കിയത് സമാനമായ സംഭവമായിരുന്നു. മാധ്യമവിപ്ലവമെന്നാണ് *ന്യൂയോർക്കർ* മാഗസിൻ *വിക്കിലീക്സ്* വെളിപ്പെടുത്തലിനെ വിശേഷിപ്പിച്ചത്. എൽസ്ബെർഗിന്റെ കാലത്ത് ആയിരക്കണക്കിനു പേജുകൾ രഹസ്യമായി പുറത്തെത്തിക്കുകയെന്നത് ശ്രമകരമായ പണിയായിരുന്നു. വിക്കിലീക്സിലെത്തിയപ്പോൾ ഒരു വിരൽത്തുമ്പിൽ ലക്ഷക്കണക്കിനു രേഖകൾ പുറത്തുവന്നു. പൊടുന്നനെ ഭരണകൂടം നഗ്നമാക്കപ്പെട്ടു. *വിക്കിലീക്സിനു*ശേഷം ഐസ്‌ലണ്ടും സ്വീഡനും ഉൾപ്പെടെ നിരവധി യൂറോപ്യൻ രാജ്യങ്ങൾ വിസിൽബ്ലോവർമാർക്കും മാധ്യമപ്രവർത്തകർക്കും സംരക്ഷണം നല്കുന്ന നിയമനിർമ്മാണത്തെക്കുറിച്ച് ആലോചിച്ചു തുടങ്ങി. *വിക്കിലീക്സി*ന്റെ സ്ഥാപകൻ ജൂലിയൻ പോൾ അസാൻജിന്, പക്ഷേ, 2013 മുതൽ ഏഴു വർഷം ലണ്ടനിലെ ഇക്വഡോർ എംബസിയിൽ അഭയാർത്ഥിയായി കഴിയേണ്ടിവന്നു. ഓസ്ട്രേലിയക്കാരനായ അസാൻജ് 2006 ൽ ആരംഭിച്ച *വിക്കിലീക്സ്* 2010 ൽ നിരവധി വെളിപ്പെടുത്തലുകളിലൂടെയാണ് ലോകശ്രദ്ധയിലെത്തിയത്. അമേരിക്കയുടെയും ഇതര രാജ്യങ്ങളുടെയും സുപ്രധാനരഹസ്യങ്ങൾ ചോർത്തി പരസ്യപ്പെടുത്തിയതിന്റെ പേരിൽ വേട്ടയാടപ്പെടുന്ന അസാൻജ് ഇക്വഡോറിന്റെ നയതന്ത്രപരിരക്ഷയിൽനിന്ന് പുറത്തായതോടെ ബ്രിട്ടീഷ് പൊലീസിന്റെ കസ്റ്റഡിയിലായി. അമേരിക്കയ്ക്ക് കൈമാറുന്നതിനുള്ള എക്സ്ട്രാഡിഷൻ കേസ് പ്രതികൂലമായാൽ യുദ്ധരഹസ്യങ്ങൾ ചോർത്തിയതിന് അദ്ദേഹം അമേരിക്കയിൽ വിചാരണ ചെയ്യപ്പെടും. മൊത്തം 175 വർഷത്തെ തടവ് ശിക്ഷയായി ലഭിക്കുന്നതി

നുള്ള വകുപ്പുകൾ അസാൻജിനെതിരെയുണ്ട്. ഇറാഖിലെയും അഫ്ഗാനിസ്ഥാനിലെയും അമേരിക്കൻ സൈനിക ഇടപെടലുകൾ സംബന്ധിച്ച് ചോർത്തിക്കിട്ടിയ വിവരങ്ങളാണ് അസാൻജ് പുറത്തുവിട്ടത്. രണ്ടിടത്തും യുദ്ധം അവസാനിച്ചെങ്കിലും അസാൻജിന്റെ പരീക്ഷണം അവസാനിക്കുന്നില്ല. അസാൻജിന് ഫയലുകൾ ചോർത്തി നല്കിയ അമേരിക്കൻ സൈനിക ചെൽസി മാനിങ്ങിന് പ്രസിഡന്റ് മാപ്പ് നല്കിയെങ്കിലും അസാൻജിനെതിരെ തെളിവ് നല്കാൻ വിസമ്മതിച്ചതിനെത്തുടർന്ന് വീണ്ടും ജയിലിലായി. മാധ്യമചരിത്രത്തിൽ ധീരതയുടെയും സഹനത്തിന്റെയും പ്രതീകമായി ഓർമ്മിക്കേണ്ടതാണ് ഈ പേരുകൾ..

ലക്ഷ്യത്തിലെത്തിയാൽ അലക്ഷ്യം

ദേശാഭിമാനിയിൽ പ്രസിദ്ധീകരിച്ച വിമർശനപരമായ ലേഖനത്തിന്റെ പേരിൽ ഹൈക്കോടതിയിൽ കോടതിയലക്ഷ്യ നടപടിക്ക് വിധേയനായ ആളാണ് ഞാൻ. കോടതിവിധിയെ വിമർശിച്ചു എന്നതായിരുന്നു ഡൽഹിയിൽനിന്നെത്തിയ അഭിഭാഷകൻ നല്കിയ ഹർജിയിലെ ആക്ഷേപം. ഞാൻ അക്കാലത്ത് *ദേശാഭിമാനി*യുടെ നിയമകാര്യ ലേഖകനായിരുന്നു. ചീഫ് ജസ്റ്റിസ് മളിമഠും ജസ്റ്റിസ് ഭാസ്കരൻ നമ്പ്യാരും ചേർന്ന ബെഞ്ച് ഹർജ്ജി പരിഗണനയ്ക്കെടുത്തത് 1987 ലെ തിരഞ്ഞെടുപ്പ് ഫലം പ്രഖ്യാപിച്ച ദിവസമായിരുന്നു. പത്രാധിപർ എന്ന നിലയിൽ ഇ കെ നായനാർ കേസിൽ പ്രതിയായിരുന്നു. കോടതിയെ ന്യായമായി വിമർശിക്കുന്നത് കോടതിയലക്ഷ്യമാവില്ലെന്ന് ചൂണ്ടിക്കാട്ടി ഡിവിഷൻ ബെഞ്ച് ഹർജി തള്ളി. അല്ലെങ്കിൽ മുഖ്യമന്ത്രിക്കൊപ്പം കോടതിയലക്ഷ്യക്കേസിൽ വിചാരണ ചെയ്യപ്പെടുന്നതിനുള്ള അവസരം എനിക്കുണ്ടാകുമായിരുന്നു.

അഭിഭാഷകരും മാധ്യമപ്രവർത്തകരും തമ്മിൽ സംഘർഷത്തിലായ കാലത്ത് ജഡ്ജിമാരുടെ നിലപാടിനെ വിമർശിച്ചുകൊണ്ട് നടത്തിയ അഭിപ്രായപ്രകടനത്തിന്റെ പേരിൽ എനിക്കെതിരെ കോടതിയലക്ഷ്യനടപടി സ്വീകരിക്കാൻ കേരള ഹൈക്കോർട്ട് അഡ്വക്കേറ്റ്സ് അസോസിയേഷന് അഡ്വക്കേറ്റ് ജനറൽ സി പി സുധാകരപ്രസാദ് അനുമതി നല്കി. വ്യക്തിപരമായ അനുഭവങ്ങൾ അഭിപ്രായത്തെയും നിലപാടിനെയും സ്വാധീനിക്കുമെങ്കിലും കോടതിയലക്ഷ്യത്തെ സംബന്ധിച്ച എന്റെ നിലപാട് അനുഭവത്തെ അടിസ്ഥാനമാക്കിയുള്ളതല്ല.

കോടതിയെ അപവദിച്ചുവെന്ന ആക്ഷേപത്തിന്റെ അടിസ്ഥാനത്തിൽ ആർക്കെതിരെയും കോടതിയലക്ഷ്യക്കുറ്റം ചുമത്തരുത് എന്നതാണ് എന്റെ നിലപാട്. കോടതിയിൽ നിക്ഷിപ്തമായിരിക്കുന്ന ചുമതലകൾ നിറവേറ്റു

ന്നതിനുമാത്രം പര്യാപ്തമായ രീതിയിൽ കോടതിയലക്ഷ്യനിയമത്തെ പരിമിതപ്പെടുത്തണം. കോടതിയുടെ പ്രവർത്തനത്തിനുള്ള തടസ്സങ്ങൾ നീക്കുന്നതിനും കോടതിയുടെ ഉത്തരവുകൾ അനുസരിപ്പിക്കുന്നതിനും വിധി നടപ്പാക്കുന്നതിനും മാത്രമാണ് കോടതിയലക്ഷ്യനിയമം പ്രയോഗിക്കേണ്ടത്. നാം മാതൃകയാക്കുന്ന ബ്രിട്ടീഷ്–അമേരിക്കൻ കോടതികൾ ഈ വിഷയത്തിൽ സ്വീകരിക്കുന്ന നിലപാടിനോട് ചേർന്നു നില്ക്കുന്നതാണ് എന്റെ നിലപാട്.

ഇപ്പോൾ പ്രശാന്ത് ഭൂഷണാണ് താരം. അദ്ദേഹത്തെയും അദ്ദേഹത്തിന്റെ പിതാവിനെയും എനിക്കറിയാം. സുപ്രീം കോടതിയുടെ ചരിത്രത്തിൽ ഏറ്റവും ഗുരുതരമായ കോടതിയലക്ഷ്യം നടത്തിയത് അടിയന്തരാവസ്ഥയിൽ ഹേബിയസ് കോർപ്പസ് കേസിൽ വിധി പറഞ്ഞ നാല് ജഡ്ജിമാരാണ്. അവർ ഭരണഘടനയെ മലിനമാക്കി; ദുർബ്ബലമാക്കി; നിർവ്വീര്യമാക്കി. കോടതിയുടെ വിശ്വാസ്യത നെല്ലിപ്പടിയുടെ താഴേപ്പടിയിലെത്തിച്ചു. അടിയന്തരാവസ്ഥയ്ക്കുശേഷം ചരിത്രത്തിന്റെ ശവക്കുഴിയിൽനിന്ന് സുപ്രീം കോടതിയെ ഉത്ഥിതമാക്കിയത് അന്ന് ദേശായി മന്ത്രിസഭയിൽ നിയമമന്ത്രിയായിരുന്ന ശാന്തിഭൂഷൺ ആയിരുന്നു. ഭരണഘടനയുടെ പ്രാക്തനവിശുദ്ധി വീണ്ടെടുത്ത നാല്പത്തിനാലാം ഭേദഗതി അദ്ദേഹത്തിന്റെ കാർമ്മികത്വത്തിലാണ് പാർലമെന്റ് അംഗീകരിച്ചത്. അദ്ദേഹത്തിന്റെ പുത്രനാണ് മുപ്പതു വർഷമായി സുപ്രീം കോടതിയിൽ അഭിഭാഷകനായിരിക്കുന്ന പ്രശാന്ത് ഭൂഷൺ. അറസ്റ്റിനുശേഷം അബ്ദുന്നാസർ മഅ്ദനിക്കുവേണ്ടി സുപ്രീം കോടതിയിൽ ആദ്യം ഹാജരായത് പ്രശാന്ത് ഭൂഷൺ ആയിരുന്നു. വി ആർ കൃഷ്ണയ്യരുടെ കത്തുമായാണ് ഞാനും ജസ്റ്റിസ് ഫോർ മഅ്ദനി ഫോറത്തിന്റെ പ്രവർത്തകരും ഡൽഹിയിലെത്തി അദ്ദേഹത്തെ കണ്ടത്. കാര്യങ്ങൾ കേട്ടതിനുശേഷം അദ്ദേഹം കേസെടുത്തു. സുപ്രീം കോടതിയിലെ നിരക്കിനും നിലവാരത്തിനുമൊത്ത ഫീസ് നല്കാൻ തയ്യാറായാണ് ഞങ്ങൾ പോയത്. പക്ഷേ, അദ്ദേഹം ഫീസ് വാങ്ങാൻ കൂട്ടാക്കിയില്ല. കൃഷ്ണയ്യർ ഏല്പിച്ച പണിക്ക് ഫീസ് വാങ്ങാൻ പാടില്ലെന്നാണ് അദ്ദേഹം പറഞ്ഞത്. ഒരു ദിവസം പോലും കോടതിയിൽ ഹാജരാകാതെ ലക്ഷങ്ങൾ ഞങ്ങളിൽനിന്ന് തട്ടിയെടുത്ത അഭിഭാഷകരുള്ള ഇടത്താണ് പ്രശാന്ത് ഭൂഷൺ വ്യത്യസ്തനായത്. അദ്ദേഹത്തെപ്പോലെ സുപ്രീം കോടതിയുടെ അന്തസ്സും യശസ്സും ഉയർത്തിയ അഭിഭാഷകർ അധികം ഉണ്ടാവില്ല.

ഹാർലി ഡേവിഡ്സൺ മോട്ടോർ സൈക്കിൾ കണ്ടപ്പോഴുണ്ടായ ചപലകൗതുകത്തിൽ അതിന്മേൽ ആരൂഢനായ ചീഫ് ജസ്റ്റിസിനെക്കുറിച്ച് പ്രശാന്ത് ഭൂഷൺ അങ്ങനെയൊരു ടീറ്റ് ചെയ്യേണ്ടിയിരുന്നില്ലെന്ന അഭിപ്രായം എനിക്കുണ്ട്. പണ്ട് കുതിരയുടെ സ്ഥാനത്ത് ഇന്ന് മോട്ടോർ സൈക്കിളാണ് പലർക്കും ഹരമാകുന്നത്. ബൊളീവിയയിലൂടെ ചെ ഗുവേര നടത്തിയ മോട്ടോർ സൈക്കിൾയാത്ര പ്രസിദ്ധമാണ്. സ്വകാര്യമായ ഇടങ്ങളിൽ എല്ലാവർക്കും സ്വകാര്യമായ ചില നിമിഷങ്ങൾ ആസ്വദിക്കു

ന്നതിന് അവസരം നല്കണം. ഇരുന്നതല്ലാതെ ഹെൽമറ്റും മാസ്കുമില്ലാതെ നിരത്തിലൂടെ അദ്ദേഹം ബൈക്കോടിച്ചുവോ എന്ന് വ്യക്തമല്ല. സത്യം എന്ന ന്യായവാദം ഉന്നയിക്കുന്നതിന് കോടതി അവസരം നല്കാതിരുന്നതുകൊണ്ട് തെളിവെടുപ്പുണ്ടായില്ല. ട്വീറ്റ് കോടതിയലക്ഷ്യമാണെന്ന് കോടതി തിടുക്കത്തിൽ തീർപ്പ് കല്പിക്കുകയായിരുന്നു. പൂർണ്ണമായും സത്യമായിരുന്നില്ലെങ്കിലും ആ ട്വീറ്റ് ഗുരുതരമായ കോടതിയലക്ഷ്യമായിരുന്നില്ല. ചീഫ് ജസ്റ്റിസിനോ സുപ്രീം കോടതിക്കോ അപകീർത്തിയുണ്ടാക്കുന്ന ഒന്നും അതിലില്ലായിരുന്നു.

കഴിഞ്ഞ ആറു വർഷത്തിനിടയിൽ ഇന്ത്യൻ ജനാധിപത്യത്തിനുണ്ടായ അപചയത്തിൽ നാല് ചീഫ് ജസ്റ്റിസുമാർക്കുള്ള പങ്ക് ചരിത്രം വിലയിരുത്തുമെന്ന മറ്റൊരു ട്വീറ്റ്കൂടി ജസ്റ്റിസ് അരുൺ മിശ്ര സ്വമേധയാ എടുത്ത കേസിൽ വിഷയമായി. ചീഫ് ജസ്റ്റിസ് ദീപക് മിശ്ര ജനാധിപത്യത്തെ അപകടത്തിലാക്കിയെന്ന് അടുത്ത ചീഫ് ജസ്റ്റിസ് രഞ്ജൻ ഗൊഗോയ് ഉൾപ്പെടെ നാല് ജഡ്ജിമാർ പരസ്യമായി പറഞ്ഞപ്പോൾ ആരും കോടതിയലക്ഷ്യം ആരോപിച്ചില്ലല്ലോ. ചീഫ് ജസ്റ്റിസ് തന്നെ ലൈംഗികമായി ഉപയോഗിച്ചുവെന്ന് പരസ്യമായി പരാതിപ്പെട്ട ജീവനക്കാരിയോട് ക്ഷമിച്ച കോടതിയാണ് നമ്മുടെ സുപ്രീം കോടതി. ക്ഷമിച്ചാൽപ്പിന്നെ പരാതിയിലെ കാമ്പും കഴമ്പും പരിശോധിക്കേണ്ട കാര്യമില്ല. സമാനമായ പരാതി മറ്റൊരു ഓഫീസിലാണ് ഉണ്ടായതെങ്കിൽ എന്തു സംഭവിക്കുമായിരുന്നു? ഇവിടെ ആക്ഷേപിക്കപ്പെട്ടയാൾതന്നെ ആക്ഷേപം പരിശോധിച്ച് സ്വയം കുറ്റവിമുക്തനായി. പരാതിക്കാരി ഉന്നതസദസ്സിൽ പരിഹസിക്കപ്പെട്ടപ്പോൾ അവരെ പ്രതിരോധിക്കുന്നതിന് ആരുമുണ്ടായിരുന്നില്ല. രഞ്ജൻ ഗൊഗോയ്ക്കെതിരെ ഉണ്ടായ ആക്ഷേപവുമായി താരതമ്യപ്പെടുത്തിയാൽ ഒരു ചെറുപുഞ്ചിരിയോടെ നോക്കിപ്പോകേണ്ട ട്വീറ്റുകൾ മാത്രമാണ് പ്രശാന്ത് ഭൂഷന്റേതായി കണ്ടത്. സുപ്രീം കോടതിക്കെന്തുപറ്റിയെന്ന് ചോദിക്കത്തക്ക രീതിയിൽ അവയെ ഇത്ര വലുതാക്കി കാര്യങ്ങളെ വഷളാക്കിയതിന്റെ ഉത്തരവാദിത്വം കോടതിക്കുതന്നെയാണ്. 2009 നു മുമ്പുള്ള ഇന്ത്യയുടെ 16 ചീഫ് ജസ്റ്റിസുമാരിൽ പകുതിയും അഴിമതിക്കാരാണെന്ന പ്രസ്താവന പ്രശാന്ത് ഭൂഷൺ നടത്തിയിട്ടുണ്ട്. *തെഹൽക*യുമായുള്ള അഭിമുഖത്തിലാണ് അദ്ദേഹം അപ്രകാരം പറഞ്ഞത്. പതിനൊന്നു വർഷങ്ങൾക്കുശേഷം അതിനെതിരെയും കോടതിയലക്ഷ്യത്തിനു നടപടിയെടുക്കുന്നു.

ജഡ്ജിമാർക്കുമാകാം കോടതിയലക്ഷ്യം

കോടതിയലക്ഷ്യമെന്ന കുറ്റം ജഡ്ജിമാർക്കെതിരെയും ഉന്നയിക്കാവുന്നതാണ്. ചീഫ് ജസ്റ്റിസിനു വ്യക്തിപരമായി താല്പര്യമുള്ള കേസുകൾ വിശ്വസ്തനായ ജസ്റ്റിസ് അരുൺ മിശ്രയെ ഏല്പിക്കുന്നുവെന്ന് പരസ്യമായി ആക്ഷേപമുന്നയിച്ചത് സീനിയറായ നാല് ജഡ്ജിമാർ തന്നെയായിരുന്നു. വഴിയോരത്ത് നിർത്തിയ ബൈക്കിൽ പ്രഭാതസവാരി

ക്കിറങ്ങിയ ചീഫ് ജസ്റ്റിസ് കയറിയിരുന്ന് ഫോട്ടോയെടുത്തതിനെ കുറ്റപ്പെടുത്തുന്നതിനേക്കാൾ എത്രയോ ഗൗരവമുള്ള ആക്ഷേപമാണ് ആജഡ്ജിമാർ തങ്ങളുടെ ചീഫ് ജസ്റ്റിസിനെതിരെ ഉന്നയിച്ചത്. നിലപാടുകൾ തോന്നുംപടി ആകരുത്. സമീപനം എല്ലാവർക്കും ഒരുപോലെ ബാധകമാകണം. അകത്തുള്ളവർക്കും പുറത്തുള്ളവർക്കും അഭിപ്രായം പറയാൻ സ്വാതന്ത്ര്യമുണ്ട്. കോടതി ഭരണഘടനയുടെ ഉല്പന്നമാണെങ്കിൽ ഭരണഘടനയുടെ നിർമ്മാതാക്കൾക്ക് കോടതിയെ വിലയിരുത്തുന്നതിനുള്ള അവകാശമുണ്ട്. നിർമ്മാതാക്കൾ ജനങ്ങളാണ്. കാണുന്നതിനും കേൾക്കുന്നതിനുമൊക്കെ നടപടിയെടുക്കാൻ തുടങ്ങിയാൽ വേറൊന്നിനും കോടതിക്ക് നേരമുണ്ടാവില്ല.

അപകീർത്തികരമായ ദുരാരോപണത്താൽ കോടതിക്ക് ദുഷ്പേർ വരുത്തുന്നത് കോടതിയലക്ഷ്യനിയമമനുസരിച്ച് വലിയ കുറ്റമാണ്. അപവദിക്കുകയോ അപവാദത്തിന് ഇടയാകാൻ സാദ്ധ്യതയുള്ളതോ ആയ കാര്യങ്ങളാണ് കുറ്റമാകുന്നത്. ആറു മാസം തടവാണ് ശിക്ഷ. അഭിപ്രായപ്രകടനസ്വാതന്ത്ര്യത്തിന് പരമമായ പ്രാധാന്യം നല്കുന്ന ജനാധിപത്യ സംവിധാനത്തിൽ ഇത്തരം കുറ്റങ്ങൾ ഉണ്ടാകാൻ പാടില്ല. വിമർശനവും വിയോജിപ്പുമാണ് ജനാധിപത്യത്തെ നിലനിർത്തുന്നത്. പ്രാഥമികമായ ഈ തത്ത്വങ്ങൾ കോടതി അംഗീകരിക്കണം. മുഖപടമിട്ട കുലസ്ത്രീയല്ല നീതി എന്ന് അറ്റ്കിൻ പ്രഭു പറഞ്ഞു. വഴിപോക്കരുടെ ദൃഷ്ടി അവളിൽ പതിയട്ടെ. അവർ പറയുന്നതെല്ലാം അവൾ കേൾക്കട്ടെ. പക്ഷേ, ഗൗനിക്കണമെന്നില്ല. ജഡ്ജിമാർക്കും ഇത് ബാധകമാണ്. ജുഡീഷ്യറിയെ അപകീർത്തിപ്പെടുത്തുകയെന്ന കുറ്റം ബ്രിട്ടനിലെ കോടതിയലക്ഷ്യനിയമത്തിൽനിന്ന് 2013 ൽ നീക്കം ചെയ്ത കാര്യംകൂടി നമ്മുടെ ജഡ്ജിമാർ അറിഞ്ഞിരിക്കണം.

പൗരത്വനിയമ ഭേദഗതിയുടെ സാധുത, ശബരിമലയിലെ സ്ത്രീ പ്രവേശനത്തിന്റെ സാധുത എന്നിങ്ങനെ പ്രധാനപ്പെട്ട നിരവധി കേസുകൾ ഭരണഘടനാ ബെഞ്ചിന്റെ സൗകര്യം കാത്തു കിടക്കുന്നുണ്ട്. അവയ്ക്കുവേണ്ടി ചെലവാക്കേണ്ട സമയമാണ് രണ്ട് ട്വീറ്റുകൾക്കുവേണ്ടി കോടതി ചെലവാക്കിയത്. നല്ല വിധികളിലൂടെയാണ് കോടതി സല്ക്കീർത്തിയും വിശ്വാസ്യതയും ആർജ്ജിക്കേണ്ടത്. തിരുവായ്ക്ക് എതിർവാ ഇല്ലാതിരുന്ന കാലത്ത് നിയമദാതാവും വിധിയാളനുമായിരുന്ന രാജാവിനെതിരെയുള്ള പരാമർശങ്ങൾ ശിക്ഷാർഹമായിരുന്നു. രാജവാഴ്ചയിൽനിന്ന് മോചിതമായതിനുശേഷവും ജനാധിപത്യ റിപ്പബ്ലിക്കായ ഇന്ത്യക്ക് തെറ്റായ കീഴ്വഴക്കങ്ങൾ ഉപേക്ഷിക്കാൻ കഴിയുന്നില്ല.

കേരള ഹൈക്കോടതി ചീഫ് ജസ്റ്റിസിനെതിരെ ലൈംഗികാധിക്ഷേപമുള്ള കാർട്ടൂൺ പ്രസിദ്ധപ്പെടുത്തിയ *തനിനിറം* പത്രാധിപർ കലാനിലയം കൃഷ്ണൻ നായർക്കെതിരെയുള്ള നടപടികൾ കോടതി ഉപേക്ഷിച്ചത് അഭിഭാഷകനായ എസ് ഈശ്വരയ്യരുടെ ഉപദേശം സ്വീകരിച്ചുകൊണ്ടായിരുന്നു. ഇതൊക്കെ കണ്ടില്ലെന്നുവയ്ക്കുന്നതിനുള്ള വലിപ്പം കോ

ടതിക്കുണ്ടാകണമെന്നാണ് ഈശ്വരയ്യർ പറഞ്ഞത്. ഇ എം എസിനെ കോടതിയലക്ഷ്യത്തിനു ശിക്ഷിച്ച ചീഫ് ജസ്റ്റിസ് ഈ ഉപദേശം സ്വീകരിച്ചു. ഇതേ ഉപദേശംതന്നെയാണ് ജസ്റ്റിസ് അരുൺ മിശ്രയ്ക്ക് അറ്റോർണി ജനറൽ വേണുഗോപാൽ നല്കിയത്. സ്വീകരിക്കുന്നതിനുള്ള വലിപ്പം ജഡ്ജിക്കുണ്ടായില്ല. റിട്ടയർമെന്റിനുശേഷം തന്റെ അവസ്ഥ എന്തായിരിക്കുമെന്ന് ജസ്റ്റിസ് മിശ്ര ആകുലപ്പെട്ടു. നീതിപീഠത്തിലിരിക്കുമ്പോൾ ജസ്റ്റിസ് എന്ന വിശേഷണത്തോട് നീതി പുലർത്തിയിട്ടുള്ളവർക്ക് അത്തരം ആശങ്കകൾ ഉണ്ടാവില്ല. റിട്ടയർ ചെയ്തതിനുശേഷം 35 കൊല്ലം സമൂഹത്തിൽ സർഗ്ഗാത്മകമായി ജീവിച്ചയാളാണ് വി ആർ കൃഷ്ണയ്യർ. അദ്ദേഹം സമാദരണീയനും സുരക്ഷിതനുമായത് കോടതിയലക്ഷ്യനിയമത്തിന്റെ പ്രയോഗത്തിലൂടെ ആയിരുന്നില്ല.

ഒരു രൂപയിലൊതുങ്ങിയ ശിക്ഷ

ദക്ഷിണയ്ക്കും ടോസിനും മാത്രമായിരിക്കാം ഇപ്പോൾ ഒരു രൂപയുടെ നാണയം ഉപയോഗിക്കുന്നത്. അത്ര മൂല്യമില്ലാത്തതും എന്നാൽ മൂല്യവത്തുമായ നാണയമാണ് റിസർവ്വ് ബാങ്കിന്റെ അധികാരത്തിൽ പെടാത്ത ഒരു രൂപ. നഷ്ടപ്പെട്ട മാനം ഒരു രൂപയ്ക്ക് സുപ്രീം കോടതി വീണ്ടെടുത്തു. ഇ എം എസിന്റെ അൻപതു രൂപയിൽനിന്ന് പ്രശാന്ത് ഭൂഷന്റെ ഒരു രൂപയിലേക്കുള്ള പരിണാമം കോടതിയുടെ മനോഭാവത്തിലുണ്ടായ ഗുണപരമായ വളർച്ചയെ അല്ല സൂചിപ്പിക്കുന്നത്. വാസ്തവത്തിൽ പ്രശാന്ത് ഭൂഷണു നല്കിയ ശിക്ഷ ഒരു രൂപയല്ല. ശിക്ഷയെ അങ്ങനെ വില കുറച്ചു കാണുന്നതു ശരിയല്ല. മൂന്നു മാസം തടവും മൂന്നു വർഷത്തെ തൊഴിൽ വിലക്കുമാണ് ഒരു രൂപയിലൊതുക്കിയ ശിക്ഷ. ഇത്ര കഠിനമായ ശിക്ഷ വിധിക്കാൻ കോടതിയലക്ഷ്യനിയമത്തിന്റെ അനുമതിയില്ല. പാർലമെന്റ് പാസാക്കിയ നിയമമനുസരിച്ച് ആറു മാസത്തെ തടവാണ് കോടതിയലക്ഷ്യത്തിനുള്ള ശിക്ഷ. അത് അതിന്റെ പൂർണ്ണതയിൽ എം വി ജയരാജന് കേരള ഹൈക്കോടതിയും ജസ്റ്റിസ് കർണ്ണന് സുപ്രീം കോടതിയും നല്കി. പ്രശാന്ത് ഭൂഷന്റെ കാര്യത്തിൽ അത് പകുതിയായി കുറച്ചു. എന്നാൽ മൂന്നു വർഷം അദ്ദേഹത്തെ അഭിഭാഷകവൃത്തിയിൽനിന്ന് മാറ്റിനിർത്താനുള്ള അത്ര വൃത്തിയില്ലാത്ത അധികാരം സുപ്രീം കോടതിക്ക് എവിടെനിന്നു ലഭിച്ചു? തൊഴിൽ ചെയ്യുന്നതിനുള്ള അവകാശം ജീവിക്കുന്നതിനുള്ള അവകാശത്തിന്റെ ഭാഗമാണ്. നിയമപ്രകാരം സ്ഥാപിതമായ നടപടിക്രമം അനുസരിച്ചല്ലാതെ പരിമിതപ്പെടുത്താവുന്നതല്ല പരമമായ ആ അവകാശം. കോടതിയലക്ഷ്യത്തിന് ശിക്ഷ അനുഭവിക്കുന്ന അഭിഭാഷകനെതിരെ നടപടിയെടുക്കേണ്ടത് ബാർ കൗൺസിലാണ്. അതിന് അഡ്വക്കേറ്റ്സ് ആക്ട് എന്ന നിയമമുണ്ട്. ഭരണഘടനാദത്തമായ അധികാരം ഉപയോഗിച്ച് കോർട്ട് ഓഫ് റെക്കോഡ് എന്ന നിലയിൽ കോടതിയലക്ഷ്യത്തിനു എന്തു ശിക്ഷയും നല്കാൻ സുപ്രീം കോടതിക്കു

കഴിയുമെങ്കിലും ആ വിശേഷാധികാരത്തെ നിർവ്വചിക്കുന്നതിനും നിയന്ത്രിക്കുന്നതിനുമുള്ള നിയമമെന്ന നിലയിലാണ് പാർലമെന്റ് കോടതിയലക്ഷ്യ നിയമം പാസാക്കിയത്. തോന്നുന്ന ശിക്ഷ രാജാവിന്റെ കാലത്തുള്ളതാണ്. പ്രശാന്ത് ഭൂഷൺ കേസിൽ സുപ്രീം കോടതി അതിരുവിട്ടെന്ന് ജഡ്ജിയായിരുന്ന കുര്യൻ ജോസഫ് അഭിപ്രായപ്പെട്ടതും ശ്രദ്ധേയമാണ്.

ആർ കെ ആനന്ദ് സുപ്രീം കോടതിയിലെ താരമായിരുന്നു. നീര റാഡിയയുമായി ബന്ധപ്പെട്ടാണ് ഇപ്പോൾ അദ്ദേഹത്തിന് കൂടുതൽ പ്രശസ്തിയുള്ളത്. അദ്ദേഹത്തെയും ഐ യു ഖാൻ എന്ന പ്രശസ്തനായ പ്രോസിക്യൂട്ടറെയും അഭിഭാഷകവൃത്തിക്ക് നിരക്കാത്ത പെരുമാറ്റത്തിന് ഡൽഹി ഹൈക്കോടതി ശിക്ഷിച്ചു. കോടതിയലക്ഷ്യമല്ല, ബി എം ഡബ്ല്യു കേസിലെ ഒത്തുകളിയായിരുന്നു വിഷയം. ഇരുവരുടെയും സീനിയർ അഭിഭാഷകപദവി കോടതി റദ്ദാക്കി. കോടതി കൊടുത്തത് കോടതിതന്നെ തിരിച്ചെടുത്തതിൽ അപാകതയില്ല. രണ്ടു പേർക്കും നാല് മാസത്തെ വിലക്ക് ഏർപ്പെടുത്തി. രണ്ടായിരം രൂപ പിഴയിട്ടു. മൂന്നു പൊലീസുകാരടക്കം ആറു പേർ കൊല്ലപ്പെട്ട കേസിൽ പ്രധാനസാക്ഷിയെ പണം കൊടുത്ത് സ്വാധീനിക്കാൻ ശ്രമിക്കുന്ന ദൃശ്യം ഒളിക്യാമറ പരസ്യമാക്കിയതാണ് ഇരുവർക്കും വിനയായത്. അതുമായി താരതമ്യം ചെയ്യുമ്പോൾ കുറ്റമേയല്ലാത്ത കുറ്റത്തിനാണോ പ്രശാന്ത് ഭൂഷന്റെ മേൽ ഇത്ര കഠിനമായ ശിക്ഷ ചുമത്തിയത് എന്നു ചോദിക്കേണ്ടിവരും. അത് ഒരു രൂപയിലൊതുക്കിയതുകൊണ്ട് ശിക്ഷയുടെ കാഠിന്യമോ പ്രശ്നത്തിന്റെ ഗൗരവമോ കുറയുന്നില്ല. നടപ്പാക്കാത്ത ശിക്ഷയും ശിക്ഷതന്നെ. നാളെ മറ്റൊരു കോടതിയലക്ഷ്യക്കേസിൽ നല്കപ്പെടുന്ന ശിക്ഷ എന്തായിരിക്കുമെന്ന മുന്നറിയിപ്പാണ് കോടതി നല്കിയത്.

വർഗ്ഗസമരം നിലനില്ക്കുവോളം പ്രസക്തമായി നിലനില്ക്കുന്ന വിമർശമാണ് കോടതിക്കെതിരെ ഇ എം എസ് നടത്തിയത്. കോടതിയുടെ വർഗ്ഗാഭിമുഖ്യത്തെ ചോദ്യം ചെയ്യുന്ന പ്രസ്താവന കോടതിക്ക് അവഗണിക്കാവുന്നതായിരുന്നില്ല. അതുകൊണ്ട് ഇ എം എസിനെ മാർക്സിസം പഠിപ്പിച്ച് കൊച്ചാക്കാമെന്ന് കോടതി തീരുമാനിച്ചു. അത്തരത്തിലുള്ള വിമർശമല്ല പ്രശാന്ത് ഭൂഷൺ നടത്തിയത്. കോടതിയല്ല ഒരു ബൈക്കാണ് വിഷയം. ഒരു ട്വീറ്റിനെ മറ്റൊരു ട്വീറ്റുകൊണ്ട് നേരിടാവുന്ന വിഷയം മാത്രമാണുണ്ടായിരുന്നത്. തനിക്കെതിരെ ആക്ഷേപമുന്നയിച്ച ചെലമേശ്വർ സംഘത്തിനു മറുപടി നല്കാൻ പ്രശാന്ത് ഭൂഷണെതിരെയുള്ള കേസ് അരുൺ മിശ്ര അവസരമാക്കിയതും ശരിയായില്ല. ഇറങ്ങിപ്പോകുമ്പോൾ എല്ലാ കണക്കുകളും തീർക്കണമെന്നില്ല. എത്ര തീർത്താലും കണക്കുകൾ പിന്നെയും ബാക്കിയാകും. തീർക്കാൻ കഴിയാത്ത കണക്കുകളുടെയും വീട്ടാൻ കഴിയാത്ത കടങ്ങളുടെയും പേരിലാണ് ചരിത്രത്തിന്റെ വിലയിരുത്തൽ ഉണ്ടാകുന്നത്.

കാരുണ്യത്തിന്റെ സിന്ധുവിലാണ് നീതിയുടെ നൈർമ്മല്യം തെളിയുന്നത്. ഇയാളിൽ ഒരു കുറ്റവും കാണുന്നില്ല എന്നു പറഞ്ഞുകൊണ്ട്

ശിക്ഷിക്കാനായി വിട്ടുകൊടുത്ത ഒരു ന്യായാധിപനെ നമുക്കറിയാം. പീലാത്തോസ് എന്നാണ് അയാളുടെ പേര്. നീതിയും നടപടിക്രമവും പാലിക്കാതെയുള്ള വിചാരണയും വിധിയുമായിരുന്നു അയാളുടെ കോടതിയിൽ നടന്നത്. പ്രശാന്ത് ഭൂഷൺ കുറ്റക്കാരനാണെന്ന് കണ്ടതിനുശേഷം കോടതിക്ക് ശിക്ഷിക്കാതെ വിടാമായിരുന്നു. അങ്ങനെ ചെയ്തിരുന്നെങ്കിൽ കോടതിയുടെ അന്തസ്സ് ആർക്കും കുറവ് ചെയ്യാൻ കഴിയാത്തവിധം വർദ്ധിക്കുമായിരുന്നു. അപ്രകാരം മഹാമനസ്കത കാണിക്കുന്നതിന് ഉദാഹരണങ്ങൾതേടി നാം ആംഗ്ലോ–അമേരിക്കൻ കോടതികളിലേക്ക് പോകേണ്ടതില്ല. നമ്മുടെ കോടതിയിൽത്തന്നെ ധാരാളം നല്ല ഉദാഹരണങ്ങളുണ്ട്.

കോടതിയെ വിമർശിക്കുന്നതിനും പരിഹസിക്കുന്നതിനും പറ്റിയ ഏറ്റവും സുരക്ഷിതമായ പശ്ചാത്തലമാണ് അടിയന്തരാവസ്ഥ. അക്കാലത്തെ സുപ്രീം കോടതിയെക്കുറിച്ച് എന്തു പറഞ്ഞാലും ജഡ്ജിമാർ ഒന്നും കേട്ടില്ലെന്ന് വയ്ക്കും. ഹേബിയസ് കോർപ്പസ് കേസിലെ ഭൂരിപക്ഷവിധിയെഴുതിയ നാല് ജഡ്ജിമാരെ ബോംബെയിലെ ഒരുകൂട്ടം അഭിഭാഷകർ ഭീരുക്കളെന്നു വിളിച്ചു. ചീഫ് ജസ്റ്റിസ് ബേഗിന് അവരെ ശിക്ഷിക്കാനുള്ള വാശിയുണ്ടായിരുന്നു. കാരണം ആ നാലു പേരിൽ ഒരാളായിരുന്നു ബേഗ്. പക്ഷേ, ജഡ്ജിമാരായ ഉന്ത്വാലിയയും കൈലാസവും അതിനോട് യോജിച്ചില്ല. പരിഗണിക്കാൻ യോഗ്യമായ കേസായി അവർ അതിനെ കണ്ടില്ല. ആ വലിപ്പം അരുൺ മിശ്രയ്ക്കുണ്ടായില്ല. അക്കാര്യം അദ്ദേഹത്തെ ബോദ്ധ്യപ്പെടുത്താൻ കൂടെയിരുന്ന രണ്ടുപേർക്ക് കഴിഞ്ഞതുമില്ല.

അരുൺ മിശ്രയെ വിമർശിച്ചതിനോ ആക്ഷേപിച്ചതിനോ അല്ല പ്രശാന്ത് ഭൂഷൺ ശിക്ഷിക്കപ്പെട്ടത്. ബോബ്ഡെ ഉൾപ്പെടെയുള്ള ചീഫ് ജസ്റ്റിസുമാരെ വിമർശിച്ചതിനായിരുന്നു നടപടി. അത് അരുൺ മിശ്രയെ ബാധിക്കുന്ന വിഷയമേ ആയിരുന്നില്ല. കാർക്കശ്യം എന്നത് അദ്ദേഹത്തെ സംബന്ധിച്ച് ദുർവ്വാശിയുടെ പര്യായമാണ്. മരടിലെ ഫ്ളാറ്റുകൾ തകർത്തപ്പോൾ കലങ്ങിയത് കായലിലെ വെള്ളമാണ്. പ്രശാന്ത് ഭൂഷണെ ശിക്ഷിച്ചപ്പോൾ അരുൺ മിശ്ര കലക്കിയത് അഭിപ്രായപ്രകടനസ്വാതന്ത്ര്യമെന്ന തെളിനീരാണ്. വസ്തുതാപരമായി പൂർണ്ണമായും ശരിയല്ലാത്ത കാര്യങ്ങൾ ട്വീറ്റ് ചെയ്ത് പ്രശാന്ത് ഭൂഷൺ കോടതിയെ അപവദിച്ചുവെന്നത് ശരി. അത്തരം ആക്ഷേപങ്ങളെ കുടഞ്ഞുകളയുന്നതിനുള്ള തോൾവിരിവ് കോടതിക്കുണ്ടാകണം. ഭയപ്പെടുത്തി ആർജ്ജിക്കേണ്ടതോ നിലനിർത്തേണ്ടതോ അല്ല കോടതിയോടുള്ള ആദരവ്. അത് വിശ്വാസ്യതയിൽ നിന്ന് സ്വാഭാവികമായി ഉറവയെടുക്കണം. അരുൺ മിശ്രയെ ന്യായാധിപനെന്ന നിലയിൽ ഓഡിറ്റ് ചെയ്യുമ്പോൾ വിശ്വാസ്യതയ്ക്ക് ഭംഗമുണ്ടാക്കുന്ന കൂടുതൽ കാര്യങ്ങൾ ചുമന്ന മഷിയിൽ തെളിയുന്നു. പ്രകാശഗോപുരമെന്നാണ് അദ്ദേഹത്തെ ചീഫ് ജസ്റ്റിസ് വിശേഷിപ്പിച്ചത്. ഗോപുരം വെളിച്ചം വീഴ്ത്തുന്നത് എവിടേക്കെന്നറിയില്ല. പണ്ടൊക്കെ ജഡ്ജിമാർ പ്രതിഫലം വാങ്ങിയിരുന്നത് അല്പം കാത്തിരുന്നതിനുശേഷമായിരുന്നു.

വിയർപ്പിറങ്ങുന്നതിനുള്ള സമയം അവർ കൊടുത്തിരുന്നു. ഇന്ന് പാടത്തു നിന്ന് കയറുമ്പോൾ വരമ്പത്തുതന്നെ വാങ്ങാനുള്ളത് വാങ്ങുന്ന രീതിയാണ്. രഞ്ജൻ ഗൊഗോയ് ഒരു മാതൃകയാണ്. പി സദാശിവം മറ്റൊരു മാതൃകയാണ്. നരേന്ദ്ര മോദിയെ ബഹുമുഖപ്രതിഭയെന്ന് പരസ്യമായി വിശേഷിപ്പിച്ച അരുൺ മിശ്രയെ എന്തോ കാത്തിരിക്കുന്നുണ്ട്. ഇത്തരം വിഷയങ്ങളിൽ നിശ്ശബ്ദതയാണ് നല്ലതെന്ന മുന്നറിയിപ്പാണ് പ്രശാന്ത് ഭൂഷണിലൂടെ അരുൺ മിശ്ര നല്കുന്നത്. കണ്ടത് കണ്ടില്ലെന്നും കേട്ടത് കേട്ടില്ലെന്നും വയ്ക്കുക; പറയാനുള്ളത് പറയാതിരിക്കുക — എങ്കിൽ എല്ലാവരും സുരക്ഷിതരായിരിക്കും. എന്നാൽ ചരിത്രം പഠിപ്പിക്കുന്നത് അങ്ങനെയല്ല. കാണാത്തത് കാണുകയും കേൾക്കാത്തത് കേൾക്കുകയും പറയാതിരിക്കുന്നത് പറയുകയും ചെയ്യുന്നവരാണ് അപകടകരമായി ജീവിക്കുന്നത്. അതാണ് ജീവിതം. അത് അലക്ഷ്യമാകുന്നെങ്കിൽ അതുതന്നെയാണ് അഭികാമ്യമായ ലക്ഷ്യം.